சில யதார்த்தங்கள்
(சிறுகதைகள்)

உஷாதீபன்

நன்னூல் பதிப்பகம்

மணலி - 610203
திருத்துறைப்பூண்டி

சில யதார்த்தங்கள்...
(சிறுகதைகள்)

ஆசிரியர்	:	உஷாதீபன்©
முதல் பதிப்பு	:	ஆகஸ்ட் 2022
பக்கங்கள்	:	144
விலை	:	Rs.160/-
ISBN	:	978-93-94414-01-3
வெளியீடு	:	நன்னூல் பதிப்பகம் மணலி - 610203, திருத்துறைப்பூண்டி தொடர்பு எண்: 99436 24956, 86104 92679 nannoolpathippagam@gmail.com

Sila Yathaarthangal
(Short Stories)

Author	:	**Ushadeepan©**
First Edition	:	August 2022
Pages	:	144
Price	:	Rs. 160/-
ISBN	:	978-93-94414-01-3
Published by	:	**Nannool Pathippagam** Manali - 610 203 Thiruthuraipoondi Contatct: 94436 24956. 86104 92679
Wrapper Design	:	Lark Bhaskaran
Pages Design	:	M. Abirami
Printed at	:	ASX Printers, Chennai-1

முன்னுரை

நான் எப்படி தரிசிக்கிறேனோ அதை அப்படியே எனது நோக்கில் உங்களுக்குக் காட்ட விரும்பும் முயற்சியே எனது கதைகள் என்று குறிப்பிடுகிறார் திரு.ஜெயகாந்தன் அவர்கள்.

என் முயற்சியிலான கதைகளும் இதையேதான் காட்சிப்படுத்த முனைகின்றன என்பேன் நான். என் கதைகளில் நடமாடும் பாத்திரங்கள், நாமும் அவர்களை எங்கோ சந்தித்திருக்கிறோமோ என்ற கேள்வியை நிச்சயம் எழுப்பும். ஒரு சிறுகதையின் தரத்தை நிர்ணயிக்க அழகியல் அம்சங்கள் பிரதான தீர்மான சக்தி என்பது உண்மைதான். ஆனால் மனித நேயம், சமூக நோக்கு, பண்பாட்டுக் கவலை என்ற அம்சங்களும் இன்றியமையாதவை. இவையனைத்தும் ஒன்றோடொன்று பின்னிப் பிணைந்தவை. இந்த அம்சங்களை உள்ளடக்கி, வடிவ அமைதியோடு உருவாகியுள்ளவை இத்தொகுதியிலுள்ள கதைகள். நான் பார்க்கிற ஏழை மனிதரையெல்லாம் நேயத்தோடும், பரிவோடும், இவர் இப்படித் துயருறுகிறாரே என்கிற கவலையோடும் நோக்குகிற என் குணபாவமே என் சிறுகதைகளின் உயிராகவும், உடம்பாகவும் இயங்குகின்றன. மனித நேயத்துக்கு எதிரான, ஏழைகட்கு எதிரான எந்தச் சிந்தனையும் என் கதைகளில் இல்லை என்பேன். உலுத்தாத மொழி நடையோடு என் மனதில் பதிவாகிற நான் பார்க்கிற உலகம், உண்மை மிக்க எளிய மொழி நடையில் எவ்வித ஒப்பனையுமில்லாமல் சிறுகதைகளாக வடிவம் பெறுகின்றன.

என் கதைகளைப் படித்து முடிப்பதற்குள் புறத்தேயிருந்து எவ்விதக் குறுக்கீடுகளும் பாதிக்காமல், வாசகனின் புலன் முழுதும் கதாசிரியனின் ஆதிக்கத்தில் கட்டுப்பட்டதாய் இருக்க வேண்டும் என்கிற இலக்கணத்தை இப்படைப்புகளில் காண முடியும்.

நன்றி....

உஷாதீபன்

எஸ்-2 - இரண்டாவது தளம்,
ப்ளாட் எண்.171, 172-ஏ
மேத்தாஸ் அக்சயம், மெஜஸ்டிக் அடுக்ககம்,
ராம்நகர் (தெற்கு) 12-வது பிரதான சாலை, மடிப்பாக்கம்,
சென்னை-600 091. (கைபேசி-94426 84188)

நன்றி

தினமணிகதிர்
குங்குமம்
செம்மலர்
கல்கி
கணையாழி
நடு இணைய இதழ்

ஆசிரியரின் பிற நூல்கள்

16 சிறுகதைத் தொகுப்புகள்,

5 குறுநாவல் தொகுப்புகள்,

2 சமூக நாவல்கள்,

2 இலக்கியக் கட்டுரைத் தொகுப்புகள்,

1 சினிமா குணச்சித்திரங்களின் கட்டுரைத் தொகுப்பு

1 சிறுவர் இலக்கிய நூல்

25 கிண்டில் நூல்கள்

20 pustaka.co.in நூல்கள்

M.Phil., P.hd., ஆய்வுகள்

பரிசுகளும் விருதுகளும்

1. சென்னை இலக்கியச் சிந்தனை அமைப்பின் சிறந்த சிறுகதைக்கான பரிசு (1987 மற்றும் 2015)

2. கல்கி நினைவு சிறுகதைப் போட்டிப் பரிசு

3. அமுதசுரபி பொன்விழா சிறுகதைப் போட்டிப் பரிசு

4. குங்குமம் நட்சத்திர சிறுகதைப் போட்டிப் பரிசு

5. குங்கும்ம் இளைய தலைமுறை சிறுகதைப் போட்டிப்பரிசு

6. தினமணி கதிர் நெய்வேலி புத்தகத் திருவிழா குழு சிறுகதைப் போட்டிப் பரிசு

7. அமரர் ஜீவா - பி.இராமமூர்த்தி நூற்றாண்டு விழா விருது 2003 (வாழ்க்கை ஒரு ஜீவநதி)

8. தமிழ்நாடு கலை இலக்கியப் பெருமன்றத்தின் இலக்கியப் போட்டி - 2011 விருது (நினைவுத் தடங்கள்)

9. கு. சின்னப்ப பாரதி அறக்கட்டளை விருது 2014(தவிக்கும் இடைவெளிகள்)

10. நெய்வேலி புத்தகக் கண்காட்சி மற்றும் காரைக்குடி புத்தகக் கண்காட்சிக் குழு சிறுகதைப் போட்டிப் பரிசு.

பொருளடக்கம்

1) இயந்திரம்	7
2) அவரவர் மனசு	17
3) அம்மாவின் கடைசி நாட்கள்	24
4) என் மக்கள்	34
5) ஏணி	40
6) நெருநல் உளனொருவன்	51
7) பாவம் அவரைப் பழிக்காதீர்கள்	63
8) ஸ்வரமஞ்சரி	74
9) அப்பாவின் தனிமை	83
10) "திட்டமிட்ட" செலவு	96
11) தேய்(ப்)பவர்கள்	103
12) எடை	109
13) அம்மாசிக் கிழவனும் ஐஸ்வண்டியும்	119
14) அவளா சொன்னாள்	124
15) இடுக்கண்	132
16) சில யதார்த்தங்கள்	140

1. இயந்திரம்

அந்தச் சத்தம் அவள் காதுகளுக்கு நாராசமாய் இருந்தது. விரலைக் காதுகளுக்குள் விட்டு அடைத்துக்கொண்டாள். அது அவளுக்குப் பிடிக்காமல்போய் பல வருடங்களாயிற்று. இதற்காக வீட்டில் எங்கு போய் ஒளிந்துகொள்வது என்று தெரியவில்லை. வீட்டின் எந்தப் பகுதிக்குச் சென்றாலும் அது அவள் கூடவே வருகிறது. ஓயாத அந்தத் தட தடச் சத்தம் காதுகளில் கேட்டுக்கொண்டேதான் இருக்கிறது. தலை விண் விண் என்று தெறிக்கிறது.வாயையும் மூக்கையும் மூடி மாஸ்க் போதாதென்று விரல்களால் காதுகளையும் அடைத்துக் கொள்ள வேண்டியிருக்கிறது.

கொல்லைப்புறம் போய் நின்றுகொண்டாள். தென்னை அசைந்தது. பக்கத்துக் காலி மனையில் தேக்கு மரங்கள் படபடத்தன. ஒரு வேம்பு பலத்த காற்றை அனுப்பி வைத்தது. ஆனாலும் இவற்றையெல்லாம் மீறி அந்தச் சத்தம் கேட்கத்தான் செய்தது.

பொழுது விடியும் முன்பாக, உலகம் விழிக்கும் முன்பாக பறவைகள் தங்கள் கிறீச்சொலிகளைத் தெரிவிக்கும் முதலாக, இவள் காதுகளுக்கு எட்டி விடுகிறது அந்த ஒலி. இந்தக் காலத்திலும் இப்படி ஒரு இம்சையா? கம்ப்யூட்டர் வந்து சீரழியும் இந்தக் காலத்திலும் இந்த டைப்ரைட்டர் முழுதாக ஓய்ந்தபாடில்லையே?

ஓய்வு இருந்தால்தானே அதற்கு?

எங்காவது இரைச்சலே இல்லாத அந்தகாரத்தில் சென்று கொஞ்ச நாளைக்கு இருந்தால் தேவலாம் என்று தோன்றுகிறது. கணினி சத்தமில்லாமல் வேலை செய்யும். இது சத்தத்தின் ஆதாரம்.

மாடியில் சிவராமன் டைப் செய்து கொண்டிருந்தான். மும்முரமாக அது நடக்கிறது அங்கே. அவனுக்கு அவளோடு இருக்கும் உறவைவிட அந்த மெஷினோடுதான் ஒட்டுதல் அதிகம். கணினி மலிந்துவிட்ட காலம். அவன் இதுவரை அதற்கு மாறவில்லை.வரும் வேலைகளைக் குறைந்த காசுக்கு டைப் அடித்துத்தான் முடித்துக் கொடுக்கிறான்.

இன்னும் பலர் அவனிடம் வந்து கொண்டுதானிருக்கிறார்கள். அவர்களை அப்பாவி என்று சொல்வதா அல்லது இவனையா? இவன் இப்படியென்றால் அப்படியும் சிலர் இருப்பார்கள்தானே? தலைமுறை மாறினாலும் இவர்கள் மாற மாட்டார்கள். கணினியில் தட்டச்சு செய்து, பிரின்ட் எடுக்க செலவு அதிகம். இதில் அப்படியில்லையே? அதில் பாதிக்கு மேல் காசு குறையுமே?

வாழ்க்கையே வெறுத்துத்தான் போனது அவளுக்கு சொந்த மாமா பையன் என்று இவனைத் திருமணம் செய்து கொண்டாள் அவள்.

ஊரில் இருந்தபோதெல்லாம் அவன் இப்படியில்லை. ஆனால் அப்பொழுது அவனிடம் இந்த இயந்திரம் இல்லை. துவைத்து, எவர்சில்வர் டபராவை வைத்துத் தேய்த்து மடித்த வேட்டி சட்டையில், படிய வாரிய தலையோடு, நெற்றியில் விபூதிக் கீற்று ஒளிர வெள்ளை வெளேரென வருவான். ரோட்டில் பார்வை சிதறாத அவனது அடக்கமான பாங்கில் தன்னை இழந்தாள் அவள். சரி என்று சம்மதித்தாள். நம்ம சொல்றதக் கேட்டு நடக்கிறதுக்கு இவன்தான் லாயக்கு என்று தோன்றியது அப்போது.

அங்கிருந்தவரை கவலையே இல்லாமல்தான் இருந்தாள். அம்மாவோடு சேர்ந்து கல்யாண வீடுகளுக்கு, பிற விசேடங்களுக்கு என்று, முறுக்கு சுற்றப்போய் விடுவாள். அது அவளுக்குப் பிடித்தமான வேலையாயிருந்தது. அம்மாதான் கற்றுக் கொடுத்தாள். இவளை உடன் அழைத்துச் செல்வதற்கென்றே தயார் பண்ணினாளோ என்னவோ!

கை நிறைய மாவு எடுத்துக்கொண்டு மாவை முறுக்கி முறுக்கி வளைய வளையமாக எண்ணெய் தடவிய இலையில் இட்டு, பவ்யமாக சட்டியில் எடுத்துப்போட்டு, அது வெந்து வடிவம் குலையாத மென்மையான, லேசான சிவந்த முறுக்காய் உருப்பெறுகையில் பெருமையாய்த்தான் இருந்தது இவளுக்கு.

கல்யாண ஆர்டர் என்று வாங்கி, ஏழு சுற்று, பத்து சுற்று என்றும், அப்பம், அதிரசம், மனோகரம், என்றும் விதவிதமான இனிப்பு வகைகளோடு அவள் கற்றுக்கொண்டபோது, அப்படியே வாழ்க்கை கழிந்துவிடக் கூடாதா என்ற ஏக்கம் பிறந்தது. ஊரிலிருந்து இங்கு வந்த பின்னாளில் கூட, வந்து வந்து அவளை அழைக்கத்தான் செய்தார்கள். போவதைத் தடுப்பான். ஆனால் கொண்டு வரும் பட்சணத்தை வைத்துக்கொண்டு டிபன் போல் தின்பான்.

"என்ன நீ! அடிக்கடி ஊர் சுத்தக் கிளம்பிடறே? நீ சம்பாரிச்சதெல்லாம் போதும். என் சம்பளத்தை வச்சிட்டு கட்டு செட்டா குடும்பம்

நடத்தறதானா என்னோட இரு. இல்ல..அப்படியே போயிடு.." என்றான் அவன். அவள் சுற்றிய முறுக்கில் ஒரு துண்டு கூட அவன் விட்டு வைத்ததில்லை. வாய்க்கு ருசியாய்த் தின்னத் தெரிந்தவனுக்கு மனசுக்கு ருசியாய்ப் பேசத் தெரியவில்லை. முறுக்கை மொடுக்கென்று விள்ளுவதுபோலவே பேசுகிறானே?

அதிர்ந்து போனாள் இவள். என்ன இது? இத்தனை கட்டன்ரைட்டாகப் பேசுகிறான் என்று தோன்றியது. முறுக்கு சுற்றப்போனதும், பஜனை மடத்தில் கோலாட்டம் போட்டதும், மார்கழியில் விடிகாலைப் பனியில் குளித்துவிட்டு மஞ்சள் மணக்கக் கோயில் போனதும் இன்னும் ஏக்கமளிக்கும் நாட்கள்தான்.

நான்கு மணி நேரப் பயணத்தில் இருக்கும் நகரில்தான் சிவராமனுக்கு

வேலை. "நான் இங்கேயே இருந்துக்கிறேன். நீங்க வேணா வாராவாரம் வாங்களேன்..." என்றாள் ஒரு நாள்.

"ம்ம்ம்...அப்டியா? செய்துறலாமே!" என்று போனவன்தான். வரவேயில்லை. அவன் இப்படிக் கோபித்துக்கொள்வான் என்று கொஞ்சமும் இவள் எதிர்பார்க்கவில்லை. ஒரு வார்த்தை சொல்ல உரிமையில்லையா? அபிப்பிராயமே தெரிவிக்கக் கூடாதா? அப்படியானால் தான் தனியாய் இருப்பதில் அவனுக்குக் கவலையேயில்லையா? எப்படியோ தொலை...என்கிறானோ?

சின்ன மாமா போய்த்தான் நல்ல வார்த்தை சொல்லி, சமாதானப்படுத்திக் கூட்டி வந்தார்.

"குடும்பம் பெருகணும்...வாரிசு நிலைக்கணும். என்ன மாப்ள? பார்வதிக்கு அப்புறம் யாரு இருக்கா உங்களவிட்டா?" என்று ஒரு போடு போட்டார்.

சிவராமனின் முகத்தில் மிளிர்ந்த பெருமை சொல்லி மாளாது. அதைத் தீர்க்கமாய்க் கவனித்து விட்டாள் இவள். அவனைத் தூக்கி வைத்து, பெருமைப்படுத்திப் பேசினால் மடங்குவான் போலிருக்கிறது. நினைத்துக் கொண்டாள்.

குடித்தனம் வைத்ததும் சின்ன மாமாதான். வீடு பார்த்தது சிவராமன்தான். அதை மட்டும் தான்தான் முடிவு செய்வேன் என்று விட்டான். அந்த மாடி வீடுதான் அவனுக்குப் பிடித்திருந்தது.அவள் விருப்பம் கேட்கப்படவில்லை. சதா ரயிலோடும் சத்தம்போல் ஏதோவொன்று கேட்கிறதே என்று எப்படிக்கேட்பது என்ற நினைப்பிலேயே இருந்தாள்.

“டைப் மிஷின் சத்தம். அதுவா உனக்கு நாராசமா இருக்கு? அதுதாண்டி நமக்குச் சோறு போடுது. அத நினை..” -என்றான். பின் பக்கம் ஒரு இன்ஸ்டிட்டியூட் இருக்குல்ல...? என்று ஏதோ கோட்டையைப் பிடித்துவிட்டதுபோல் சொல்லிக்கொண்டான். பின்புறம் ஒரு தட்டச்சுக் கூடம். பல வருடங்களாய் அங்கேயே...! முப்பது நாற்பது மிஷின்கள் இருந்தன. காலை ஆறு மணி முதல் இரவு ஒன்பது வரை ரயிலோடும் சத்தம். இடைவிடாது கேட்டால்? மண்டைவிண் விண் என்று தெறித்தது இவளுக்கு. ஊரிலேயே பிரபலமான இன்ஸ்டிட்யூட் என்றான். உள்ளூர் சினிமா தியேட்டரில் அந்த இன்ஸ்டிட்யூட்டிங்கு விளம்பர ஸ்லைடு போட்டார்கள். சமீபத்தில் சின்னச் சின்ன வீடியோக்கள் வர ஆரம்பித்திருந்தன. ஒரு தட்டச்சுப் பள்ளிக்கு இத்தனை விளம்பரமா? செல்வாக்கான ஆள் போல்ருக்கு....என்று நினைத்துக் கொண்டாள்.

ஆபீஸ்கள்ல கம்ப்யூட்டர் வந்திடுச்சு. ஆனா இது முழுசா போயிடலை. இன்னும் டைப்பிஸ்ட்கள்லாம் இருக்கத்தான் இருக்காங்க.... அவங்களுக்கெல்லாம் கணினி பயிற்சி கொடுத்திட்டிருக்காங்க... மண்டைல ஏறினாத்தானே...? அதுக்கெல்லாம் நாளாகும்... அதனால இதை ஏளனமா நினைக்காதே....- வந்த வழி இதுதான்...அதை மறக்கலாமா? - தத்துவம் பேசினான்.

கல்யாணத்திற்கு முன்பு இவன் அந்த இன்ஸ்டிட்யூட்டில்தான் வேலை பார்த்ததாகவும், அப்பொழுதுதான் அரசாங்க வேலை கிடைத்தது என்றும் சொன்னான். அந்தப் பிரின்ஸிபால்தான் இந்த வீட்டைப் பிடித்ததாகவும் சொல்லிப் பெருமைப் பட்டுக் கொண்டான். சற்றுக் குறைந்த வாடகை. ஆனால் ஒன்று. முன்பிருந்தவர்கள் இந்தச் சத்தத்திற்காகவே காலி செய்தார்கள் என்கிற விபரத்தை அவனிடம் சொல்ல முடியுமா?

“ஒரே இரைச்சல், தலைவலி, வீட்டுல இருக்க முடியலை...” என்றாள். ஏனடா சொன்னோம் என்று ஆகிவிட்டது.

“ஒத்தப் பைசா அட்வான்ஸ் வாங்காம, குறைஞ்ச வாடகைக்கு இந்த வீடு கிடைச்சிருக்கு. எவன் தர்றான் டவுனுக்குள்ளே இப்படி வீடு? அதப் புரிஞ்சிக்காமப் பேசுறியே? எட்டினாப்ல கோயில்... சினிமாத் தியேட்டர்கள்...நல்ல நல்ல ஓட்டல்கள்...பக்கத்துலயே பெரிய மார்க்கெட்....எல்லாத்தையும் நினைச்சுப் பார்க்கணும்... குருட்டாம்போக்குல எதையாச்சும் உளறக் கூடாது....என்றான்.

தன் விருப்பத்திற்கு எதையும் செய்யமாட்டான் என்பது இவளுக்கு உறுதியானது அப்போது. காசுதான் அவனுக்குக் குறி என்று தோன்றியது.

சிவராமன் ஒரு அலுவலகத்தில் டைப்பிஸ்டாக வேலை பார்த்தான். காலையில் ஒன்பது மணிக்கு பையைத் தூக்கினான் என்றால், ராத்திரி எட்டரைக்கு மேல்தான் வீடு திரும்புவான். ஏனிப்படித் தாமதமாக வருகிறான் என்று இவள் யோசிப்பாள். புது இளம் மனைவி, அவளைச் சந்தோஷப்படுத்தவேண்டும், அங்கே, இங்கே வெளியில் கூட்டிப் போக வேண்டும் என்ற ஆசையே இல்லையா இவனுக்கு என்று இவளுக்கு ஏக்கமாக இருக்கும்.

அம்மாதிரி ஒரு கிளர்ச்சியைத் தான் ஏற்படுத்தவில்லையோ என்ற கூட ஒரு சந்தேகம் வந்தது இவளுக்கு. அப்படி ஒன்றும் தோன்றவில்லை அவனைப் பார்த்தால்? அவனுக்கு அலுவலக வேலைகளிலேதான் ஆர்வம் அதிகமிருந்தது. அது ஒன்றுதான் அவன் கவனத்தில் இருக்கிறதோ என்றுகூட இவளுக்குத் தோன்றியது. ஆபீஸ் வேலையில் அத்தனை சின்சியர்.

திடீரென்று ஒரு நாள் ஒரு டைப் மிஷினோடு ஆட்டோவில் வந்து இறங்கினான். உள்ளே நுழைந்ததும் நுழையாததுமாகத் "தள்ளு தள்ளு" என்றான். ஒரு ஆள் அந்த இயந்திரத்தைத் தூக்க மாட்டாமல் தூக்கி வந்தான். "பார்த்துப்பா...பார்த்து..."என்று இவன் எச்சரித்தான்.

"ஆபீஸ் மெக்கானிக் குறைஞ்ச விலைல வந்திருக்குன்னாரு.. நமக்குத்தான் உபயோகப்படுமேன்னு வாங்கிட்டேன்..."என்றான்.

"என்ன விலைங்க?" என்றாள் இவள் தயங்கித் தயங்கி.

"எவ்வளவா இருந்தா என்ன? நீயா தரப்போறே? நான்தானே கொடுக்கப் போறேன்? அப்படியெல்லாம் கன்னா பின்னான்னு கொடுத்து காசை இழந்திரமாட்டேன்..பயப்படாதே...! உன்னை விடக் கஷ்டப்பட்ட குடும்பத்துல வளர்ந்தவன் நான்...காசோட அருமை எனக்குத் தெரியும்....என்றான்.

மாடியில் இருந்த ஒரே ஒரு அறையில் கிடந்த சாமான்களையெல்லாம் மாங்கு மாங்கு என்று கீழே இறக்கினான். "இதையெல்லாம் சேந்திலே கெடாசிருவோம்..." என்று அவனாகவே சொல்லிக் கொண்டு தூக்கி விட்டெறிந்தான் மேலே. எல்லாம் தாறு மாறாய்ப் போய் விழுந்தன. ஒழுங்காய், ஓரமாய் வரிசையாய் அடுக்கினால், நிறைய இடம் மிச்சம் இருக்கும். யார் சொல்வது? கொக்குக்கு ஒண்ணே மதி.!..

காலி செய்த அறையில் ஒரு டேபிளைப் போட்டு, அந்த டைப் மிஷினை வைத்தான். அது வந்த நாளிலிருந்து அதோடுதான் ஒட்டும் உறவும். அதற்கு சந்தனம், குங்குமம் வைத்து, சிறு மாலை

போட்டு...அதை மட்டும் அதிசயமாய் அவளைச் செய்யச் சொல்லி விட்டான். அந்த மட்டுமாவது தன் மீது கவனம் இருக்கிறதே என்று நினைத்துக் கொண்டாள் இவள். சாப்பிட மட்டும் கீழே வருவான்.

“இவங்களெல்லாம் என்ன அடிக்கிறாங்க? என் ஸ்பீடு வருமா?”என்று அவனாகவே சொல்லிக் கொள்வான். அதையாவது தன்னைப் பார்த்து சொல்லக் கூடாதா? என்றிருக்கும் இவளுக்கு. எப்பொழுதும் இவள் முகத்தை நேருக்கு நேர் பார்த்து அவன் பேசியதில்லை. அவள் அழகில் அவனுக்கு கவனம் இருக்கிறதா தெரியவில்லை. எதாவது காரியம் செய்து கொண்டேதான் பேசுவான். உட்கார்ந்து நிதானமாய்ப் பேசினான் என்றில்லை.

காட்ரெஜ் ஸ்பீடு கன்டெஸ்ட்ல ரெண்டு முறை பரிசைத் தட்டியிருக்கேன் தெரியுமா? புயலா அடிக்கிறீங்களே சார்ன்னு அதிசயிப்பாங்க...என்றான்.

பக்கத்துக் கட்டிடப் பள்ளி. போதாக் குறைக்கு இப்போது இவன். ஒரே இடி முழக்கம்தான். ஏதோ ரயில்வே லைனுக்கு அருகே குடியிருப்பதுபோல் இருந்தது இவளுக்கு. அதிலாவது நாளைக்கு சில முறைதான் ரயில் வரும். இங்கென்னடாவென்றால் நாள் பூராவும் ஒரே சத்தம்தான். நல்லவேளை இரவு வேளை என்று ஒன்று இருக்கிறது. இல்லையென்றால் அதையும் பகலாக்கியிருப்பார்களோ என்னவோ?

தன் ஞாபகம், தன் மீதான அக்கறை கொஞ்சமேனும் இவனுக்கு இருக்கிறதா? என்ற கேள்வியோடு கிடப்பாள் இவள். ராத்திரி எப்பொழுது வேலைகளை முடிப்பான்? எப்பொழுது படுக்கிறான் என்று தெரியாது. ஆபீஸ் வேலைகளைக் கொண்டு வந்து செய்து கொண்டிருந்தான். அப்போதெல்லாம் இவள் நெருங்குவதேயில்லை. அந்த எரிச்சலில் வாயில் இன்ன வார்த்தைதான் வரும் என்றில்லை. மசிறு, மட்டை என்று இஷ்டத்துக்குப் பேசுவான்.

திடீரென்று “பால் கொடு...” என்பான். வாங்கிக் குடித்துவிட்டு உடனே படுத்து உறங்கி விடுவான். விரக தாபம் மேலிட வெப்பமாய்க் கிடப்பாள் இவள். ஒரொரு சமயம் அவனைத் தொந்தரவு செய்திருக்கிறாள்.

“ஏங்க, உங்களுக்குக் குழந்தை ஆசையே இல்லையா?” என்றாள் ஒரு நாள்.

அவன் தோளைப் போட்டு உலுக்கினாள். அந்தச் செய்கைக்கு அவன் ஓங்கி அறைந்தாலும் பரவாயில்லை என்றுதான் செய்தாள். ரொம்பவும் நிதானமாகச் சொன்னான் அவன்.

“நான் ஒரு டார்கெட் வச்சிருக்கேன். அத ரீச் பண்றவரைக்கும்

எதுவும் என் மண்டைல ஏறாது...என்னைத் தொந்தரவு செய்யாதே... அப்புறம் வீட்டுக்கே வரமாட்டேன்..." என்று ஒரு போடு போட்டான். நடுங்கி ஒடுங்கிப் போனாள் இவள்.

"உனக்கு போரடிக்கக் கூடாதுன்னுதான் இது..."-என்று சொல்லிக்கொண்டு ஒரு நாள் பையில் அள்ளி வந்திருந்த வார மாதப் பத்திரிகைகளையெல்லாம் எடுத்துப் போட்டான். ஆபீஸ் லைப்ரரி என்றான். அவைகளையெல்லாம் அவன் படித்துப் பார்த்ததேயில்லை. அவனுக்குப் பிடித்த ஒரே வேலை டைப் அடித்துக் கொண்டே இருப்பதுதான். தூக்கத்தில் கூட அவன் விரல்கள் அசைந்து கொண்டேதான் இருந்தன. நின்று அதைக் கவனித்திருக்கிறாள் இவள்.

ஆபீஸ் வேலைகள் போக, வெளி வேலைகள் நிறையச் செய்தான். எல்லாவற்றுக்கும் பணம் நிறைய கிடைத்தது. கணினிக் காலத்திலே இதற்கு இன்னுமா மவுசு குறையவில்லை என்று தோன்றியது இவளுக்கு. ராத்திரி வீட்டுக்கு வந்ததும் அன்றைய வசூலை ஆசை ஆசையாக எண்ணிப் பார்த்துக் கொண்டிருப்பான். உழைத்துத்தான் சம்பாதிக்கிறான் என்றாலும் அது ஒன்றுதான் குறியா? என்று நினைப்பாள் இவள். வீட்டுச் செலவுக்கு அளவாய்த்தான் கொடுத்தான். நிறையச் சேமிக்கிறான் என்று தோன்றியது. உடனுக்குடன் பாங்கில் போய் போட்டு விடுவது அவன் வழக்கமாய் இருந்தது. கையில் இருந்தால் கண்டமேனிக்கு செலவு செய்யத் தோன்றும் என்று சொல்லுவான். சேமிப்பு போகத்தான் செலவு. செலவு போக மிச்சம் சேமிப்பில்லை என்பான். காசை சேர்த்துப் பார்த்தாத்தான் தெரியும் அதோட மகிமை. சேர்க்க சேர்க்கப் பெருகும்போது இன்னும் இன்னும்னு ஆசை வருமாக்கும்....- அவன் சித்தாந்தமே தனி. கஞ்சப் பிசினாறி...என்று விட்டாள் ஒருநாள். அடிப்பான் என்று அந்தக் கணம் நடுங்கி நின்றாள். பதிலாகச் சிரித்தான் அவன். செலவு செய்ய என்னைக்காச்சும் சடைச்சிருக்கனா? விரயம் பண்ண முடியாது என்னால...செலவு வேறே...விரயம் வேறே....அதை நல்லாப் புரிஞ்சிக்கோ...என்றான்.

இயந்திரம் பழுதானது ஒருநாள். ஆத்திரத்தில் அதைப்போட்டுக் குத்தினான். எத்தனை வருஷமா இந்த வேலை பார்க்கிறேன். எனக்கா தெரியாது? என்று அவைகளைக் கழற்றிப் போட்டான். என்ன ரிப்பேர் என்று பார்க்கத் தலைப்பட்டான்.

"லூஸ் டாக்""ரெஜிட் டாக்" தேய்ஞ்சிருக்கு...அதை மாத்திட்டா சரியாப் போகும்... அதான் இந்த ஓட்டம் ஓடுது...சனியன்..." என்று திட்டி சர்வீஸ் சென்டருக்கு ஓடினான். எல்லாப் பயல்களும் மூடிட்டுப் போயிட்டான்.என்று மறுநாளும் அலைந்தான்.ஒரு

மெக்கானிக்கை அழைத்து வந்தான். தானே பார்ப்பான் என்று நினைத்தவளுக்கு இது ஆச்சரியமாய் இருந்தது. வயசான அவருக்கு பேச்சு குழறியது. கை நடுங்கியது. இவர் எப்படி இயந்திரத்தை நிற்க வைக்கப் போகிறார் என்று நினைத்தாள் இவள். பல் இல்லாத தாத்தா அவர். இயந்திரப் பல் உடைந்ததை எப்படிச் சரி பண்ணப் போகிறார்? புதுசுதான் மாற்ற வேண்டியிருக்கும் என்று நினைத்துக் கொண்டாள்.

அவன் டைப் அடித்தவைகளில் சில தவறுகளைக் கண்டாள் அவள். ஒரு முறை வாயால் சொல்லப் பயந்து விரலால் சுட்டிக் காண்பித்தபொழுது "உன் வேலையை மட்டும் பாரு.." என்றான் பட்டென்று. காலையில் அவைகளை ஆபீசுக்கு எடுத்துச் செல்லும்பொழுது என்ன நினைத்தானோ, "ஒரு தரம் இதைப் பார்த்திடு..." என்றான். சரியா இருக்கா? ஓ.கே....வர்றேன் என்றுவிட்டுப் போனான்.

முதல் முறையாக இவள் மனம் திருப்திப்பட்டது.

"நல்லா வேலை செய்றவனுக்கு அங்கொண்ணும் இங்கொண்ணுமாத்தான் தப்பு வரும். அது தவறில்லை. நான் அந்த ரகம். தெரிஞ்சுக்கோ..." என்றான் அவனாகவே. எதற்காக இதைச் சொல்கிறான் என்று இருந்தது இவளுக்கு.

ஒரு நாள் பக்கத்துவீட்டு பாத்திமா அக்கா ஒரு மனுக் கொடுத்து டைப் அடிக்கச் சொன்னதை நீட்டினாள் இவள். அப்படி அமைதியாய் வாங்கிச் செய்வான் என்று இவள் நினைக்கவேயில்லை. ஆனால் வேலையை முடித்துக் கொடுக்கும்போது சொன்னான். "இனிமே வாங்காதே...!"

எதுவானாலும் பைசாக் கிடைக்குமா என்பதே அவன் குறியாக இருந்தது.

ஊரில் தன்னையே நினைத்துக்கொண்டு சுற்றி வந்த சந்திரனை நினைத்துக்கொண்டாள். கூடப் படித்தவன் அவன். இவனை விட அழகாய் இருப்பான். குழந்தை முகம். சிரித்தால் கொள்ளை போகும்..! மனசைப் பறிகொடுத்துத்தான் விட்டாள். சுற்றமும் உலகமும் சேர விட்டால்தானே...! யாருக்குக் கொடுத்து வைத்ததோ சந்திரனைத் தழுவ...! அவள் மனம் இன்றும் ஏங்கிக் கொண்டுதான் இருக்கிறது. சில நினைவுகளை அழிக்க முடிவதில்லை.

. மஞ்சாற்றங்கரையில் பெருகி ஓடும் வெள்ளத்தில் எதிர் நீச்சல் போட்டு எதிர்க் கரையில் இருந்த தாழம் புதரில் போய் தனக்காக உடம்பில் நிறைய முட்கீறல்கள் வாங்கிக்கொண்டு தாழம்பூ பறித்து வந்தவன்.

இன்று வரை அந்த நிகழ்வு அவள் நினைவை விட்டு அழியவில்லை. தன்னையே நினைத்து நினைத்து அதைப்பற்றி யாரிடமும் மூச்சு விடாமல் கல்யாணமே வேண்டாம் என்று கிடக்கும் அவன் எங்கே? இவன் எங்கே? பின்னால் இந்த விபரம் தெரிய மனதுக்குள் மருகி அழுதாள் இவள்.

அரைக் காசானாலும் அரசாங்கக் காசு என்று கட்டி வைத்துவிட்டார்கள். பலன்? பலமுறை நகருக்கு வந்துபோன சித்தப்பாகூட சொல்லிப் பார்த்துவிட்டு, இப்பொழுது வீட்டுக்கு வருவதைக்கூட நிறுத்திக்கொண்டு விட்டார்.

"வந்தமா, தின்னமா, இருந்தமான்னு போகாம..." என்றான் இவன். பிரியமா இருக்க எங்களுக்குத் தெரியாது? இவர் சொல்ல வந்துட்டாரு...? "

"எனக்குத் தெரியும்மா, உன் மனசு எங்க கிடக்குன்னு? அந்தக் குடும்பத்துக்கும் நமக்கும் ஆகாதும்மா..அத மீறிச் செஞ்சோம்னா, வெட்டுப்பழி, குத்துப் பழி ஆயிடும். குடும்பம் சிதறிப்போயிடும் தாயீ...சொந்த பந்தமெல்லாம் பிரிஞ்சிடும்...வேண்டாம் தாயீ.. வேண்டாம்..."

காரியம் கைகூட வில்லையே என்று எண்ணி மருகினாள் இவள். தான் கிடைத்திருந்தால் நிச்சயம் திருமணத்திற்கு இசைந்திருப்பான் சந்திரன். இப்போது ஒளியிழந்து நிற்கிறது அந்த நிலா.

"உனக்கென்ன குறை? கை நிறையக் காசு. வேணுங்கிறதுக்குத் தடையில்லை.புடவை துணிமணிக்குப் பஞ்சமா? சோத்துக்குப் பஞ்சமா? பேசாமக் கிடப்பியா?"

வெறும் சோறும் பணமும்தான் வாழ்க்கையா? சொல்கிறான் பரதேசி. மனதுக்குள் திட்டத்தான் தோன்றியது இவளுக்கு. ரசனை கெட்ட முண்டம்...!

"பாரு, இதையெல்லாம்....அத்தனையும் காசு...சுத்து வட்டாரத்துல இருக்கிற வக்கீல்களோட கேஸ் முடிச்சிக் கொடுத்திட்டா கை மேல காசு. எவ்வளவு படி ஏறி ஏறி இறங்கியிருப்பேன்? சும்மா முழம் போட முடியுமா? அத்தனையும் உழைப்பு! வெறும் ஆபீஸ் வேலை மட்டும் பார்த்தா இத்தனை துட்டு எங்கேயிருந்து வரும்ங்கிறேன்? இன்னொரு சம்பளம் மாதிரில்ல காசு பார்க்கிறேன். இந்த வயசுல சம்பாதிக்காம எப்ப சம்பாதிக்கிறது? சேமிப்புங்கிறதே சேர்த்துப் பார்த்தாத்தான் தெரியும் அருமை!

வருஷங்கள் கடந்துவிட்ட இந்த நாளில்கூட இவனை இனிமேல் எப்படி மாற்றுவது? விட்டுவிட்டா ஓட முடியும்? அப்படியே

ஓடினாலும் யார் மதிப்பார்கள்? காலம் இவனோடுதான், கட்டையும் இவனோடுதான். கிடைத்ததைக் கொண்டு திருப்திப்பட்டுக்கொள்ள வேண் டியதுதான்.

இப்பொழுதெல்லாம் அவ்வளவாக டைப் அடிக்கும் சத்தமே கேட்பதில்லையே? என்னவாயிற்கு இவனுக்கு? விட்டுவிட்டானா? அவனுக்கே அலுத்துப் போய்விட்டதா? உடம்புக்கு ஏதும் முடியவில்லையோ? யந்திரத்தோடு யந்திரமாய்க் கழிக்கும் இவன் சதைகளுக்கு அந்த வலுவும் அற்றுப் போயிற்றா?

அந்த வாரம் ஒருநாள் வீட்டிற்கு ஒருவரை அழைத்து வந்தான். மாடிக்கும் கீழுக்குமாக ஏறி, ஏறி இறங்கினார்கள் அவர்கள். போகும்போது அந்த ஆள் சொன்னான்....

“சனிக்கிழமை முடிச்சிருவோம் சார்...”

ஒரு வார்த்தை சொல்லவில்லை இவளிடம். என்ன ஒரு பூடகமான நடவடிக்கை? அந்த ஆள் போனவுடன் மாடிச் சாமான்களைக் கீழே இறக்கினான். சிவராமன். “இதெல்லாம் கீழே இருக்கட்டும்.. பிறகு பார்த்துக்கலாம்..” என்றவாறே உறாலில் கொண்டுவந்து நிரப்பினான்.

அன்றைய விடுமுறை தினத்தன்று வாசலில் ஆட்டோ ஒன்று வந்து நின்றது. கணினி ஒன்றும் கூடவே தென்பட்டது.

ஆபீஸ்ல பிரஷர் ஜாஸ்தியாயிடிச்சு...கம்ப்யூட்டர் தொடாம இனிமே வண்டி ஓட்ட முடியாது...சென்ட்டர்ல படிக்கப் போனா ஐயாயிரம், பத்தாயிரம்ங்கிறான்... அது நமக்குக் கட்டுப்படியாகாதுன்னுட்டு, ஆபீஸ் லேடி இவங்களையே ஏற்பாடு செய்திட்டேன். இனிமே இவங்கதான்...”-சொல்லிவிட்டு , வாசலில் தயங்கி நின்ற அந்தப் பெண்ணை “வாங்க சியாமளா...” என்றான். கூடவே அட்டைப் பெட்டி தூக்கி வந்தவனுக்கு ஒரு கை கொடுத்து மாடி ஏறினான் அவனும். அந்தப் பெண்ணும் பின் தொடர்ந்தது அவனை.

ஒன்றும் சொல்லத் தோன்றாமல் அமைதியாய் நின்றிருந்தாள் இவள். அந்தப் பெண்ணின் பின் புறமும், ஒய்யார நடையும் இவளுக்கு அருவருப்பாயிருந்தது.!

ஃஃ

2. அவரவர் மனசு

ஐயய்யோ...இங்கே உடைக்காதீங்க...-அம்புஜம் கத்தியது ராமசாமியின் காதுகளில் விழவில்லை. கணத்தில் தேங்காய் சிதறி விட்டது அந்தக் கோயில் வாசலில்.

சிதறு தேங்காய்ங்கிறதே குழந்தைகளுக்கானது. அதை வாசல்லதான் உடைக்கணும்...கோயிலுக்குள்ளயா உடைக்க முடியும்? கோயில் வாசல்ல வந்து ஐயய்யோங்கிறியே? என்றார் அவளை நோக்கிக் கையை நீட்டிக் கொண்டே....!

பதட்டத்துல வாயில வந்துடுத்து....என்று உள்ளே பிராகாரத்தைப் பார்த்து, தப்பு...தப்பு....என்பதாய்க் கன்னத்தில் போட்டுக் கொண்டாள் அம்புஜம்.

.உங்களுக்குத் தெரியாதா? அதோ பாருங்க..உள்ளே....மூலைல...ஒரு தொட்டி....அதுலதான் சிதறடிக்கணும்.....நீங்கபாட்டுக்கு கேட்காமக் கொள்ளாம இங்க உடைச்சீங்கன்னா எப்டி? எல்லாத்துக்கும் ஒரு அவசரம்...! - இவளே போய் புகார் கொடுத்து விடுவாள் போலிருந்தது ராமசாமிக்கு.

கொரோனா பீரியட்ல கோயில் மூடியிருந்தது. அப்ப எல்லாரும் எங்க உடைச்சாங்களாம்...? இந்த வாசல்லதானே...? அதனால பரவால்லே.....! - இவர் சொல்லிக் கொண்டிருக்கும்போதே அந்தப் பகுதிச் சிறுவர்கள் நாலைந்து பேர் ஓடி வந்து சிதறிய தேங்காய்களைப் பொறுக்கினர். அடித்த வேகத்தில் அது சுக்குச் சுக்காய்!. சில சமயம் எவ்வளவு ஓங்கி வேகமாகத் தரையில் அடித்தாலும் ரெண்டாகவோ மூன்றாகவோதான் பிரியும். ஆனால் இன்று அப்படியில்லை. நன்றாகச் சிதறியது திருப்தியாக இருந்தது ராமசாமிக்கு. அதைவிடக் குழந்தைகள் வந்து எனக்கு உனக்கு என்று ஓடி ஓடி எடுத்துக் கொண்டது மிகவும் மகிழ்ச்சி தந்தது.

டேய்...போங்கடா...போங்க...போங்க...- அம்புஜத்தின் விரட்டல் இவருக்குக் கோபத்தை உண்டாக்கியது.

ஏதுக்கு விரட்டடறே...? அதுகளுக்கில்லாம வேறே யாருக்கு? குழந்தைகளுக்குச் சொந்தமானதுதான் அது. வேண்டுதல் நிறைவேற்றியாச்சில்ல...அத்தோட விடு....வேண்டின காரியம் தாமதமில்லாம நடந்திட்டமாதிரி, தேங்காயும் சில்லுச் சில்லா எப்டி சிதறித்து பார்த்தியா? சிதறு தேங்காய் சிதறிப் போனாத்தான் வேண்டுதலுக்கான மகிமை. வெறுமே ரெண்டா உடைஞ்சா... மனசுக்கு சங்கடமாயிடும்....திருப்தி வராது....புரிஞ்சிதா....?

அம்புஜம் திருப்தியான மாதிரித் தெரியவில்லை. உள்ளே தொட்டியில் உடைக்காதது அவளுக்குக் குறைதான் போலும்.... அப்பொழுதுதான் கோயிலுக்கென்று, அந்த விநாயகருக்கு எதிரே உள்ள மூலைத் தொட்டியில் நேர்ச்சை நிறைவேற்றி உடைத்ததாக ஆகும் என்று நினைக்கிறாளோ? நல்ல சென்டிமென்ட்....!

மூஞ்சியே சரியில்லையே உனக்கு? இதுக்குப் போயி இப்டியா குறைப்பட்டுக்கிறது? கோயில் ஆபீஸ்காரங்க ஏதாச்சும் சொல்லுவான்னு பயப்படுறியா? அதெல்லாம் ஒண்ணும் கண்டுக்க மாட்டாங்க.... விடு....பெரியவரே சொல்லியிருக்காரே...நீ படிச்சதில்லையா....? என்றார் அவளைப் பார்த்து....

புரியாமல்...என்ன? என்பது போல் அவர் முகத்தைப் பார்த்தாள் அம்புஜம்.

தெய்வத்தின் குரல் படிச்சிருக்கியோ நீ...? அதுலதான் சொல்றார்..... சாதுர்மாஸ்ய விரதம் அனுஷ்டிச்சிருக்கும்போது, ஒரு கோயில்ல யாரோ சிதறு தேங்காய் அடிக்க...குழந்தைகள் கூட்டம் திபு திபுன்னு கூடிடுறது....பெரியவர் மேலே விழுந்திடுங்களோன்னு பயந்து குழந்தைகளை விரட்டறாங்க.....அப்போ அந்தக் கூட்டத்துல ஒரு சிறுவன் கேட்கிறான்.....சிதறு தேங்காய் போடறதே எங்களுக்காகத்தானே...எங்களுக்கு இல்லாத உரிமை வேறே யாருக்கு? எதுக்காக எங்களை விரட்டறீங்க...ன்னு கேள்வி வீசறான்....அதைக் கேட்ட மகா பெரியவர் அந்தப் பையனோட பேச்சிலிருந்த உறுதியைப் பார்த்திட்டு...வாஸ்தவந்தான்....குழந்தை ஸ்வாமியின் (விநாயகர்) பிரஸாதம் குழந்தைகளுக்குத்தான் சேரணும். முழுப் பாத்தியதையும் அவாளுக்குத்தான்னு...சொல்றார்..... ஆகையினால நீ ஒண்ணும் குறையா நினைச்சுக்காதே....! என்றார் உறுதி தொனிக்க...! கூடவே இன்னொன்றையும் மறக்காமல் சொன்னார்.

இதையும் தெரிஞ்சிக்கோ....இந்த சிதறு தேங்காய் அடிக்கிற வழக்கம் நம்ப தமிழ்நாட்டுல மட்டும்தான்....தெரியுமோ உனக்கு? இதுவும் அதுலதான் சொல்லப்பட்டிருக்கு....!

காதில் வாங்கினாளோ இல்லையோ...கோயிலுக்குள் நுழைந்து விட்டாள். சரி என்று இவரும் பின் தொடர்ந்தார். ஸ்வாமி சந்நிதியிலும், அம்பாள் சந்நிதியிலும் நின்று நிதானித்துக் கும்பிட்டு விட்டு, தீபாராதனை முடித்து கண்ணில் ஒற்றிக் கொண்ட போது தட்டில் காசு போட்டார் இவர். அருகில் நிற்கும் அம்புஜத்திடம் ஸ்வாமி பாதப் புஷ்பம் அளிக்க அர்ச்சகர் நீட்டியதைப் பக்தியோடு ஏற்று கண்ணில் ஒற்றிக் கொண்டாள் அம்புஜம். ரொம்பவும் உணர்ச்சி வசப்பட்ட நிலை...!

சுற்றுப் பிராகாரங்களை வணங்கக் கிளம்பியபோது கேட்டாள். உண்டியல்ல காசு போட்டீங்களா....?

போட்டேனே....நீ பார்க்கலியா....?

நான் கேட்கிறது....உண்டியல்ல போட்டீங்களான்னு...? - அழுத்தமாக வந்தது அவள் குரல்.

வழக்கமா நீதானே உண்டியல்ல காசு போடுவே....நான் அர்ச்சகர் தட்டுலதான் போட்டேன்...அதானே என் பழக்கம்.... ஏன் நீ போடலியா? - என்றார் இவர் பதிலுக்கு.

என்னவோ முனகியதைப் போலிருந்தது. சட்டென்று திரும்பியவள் விடுவிடுவென்று நடந்து கைப் பர்சைத் திறந்து ரூபாயை எடுத்து உண்டியலில் போட்டு விட்டு வந்தாள். கையை எதற்கு இவ்வளவு உள்ளே நுழைக்கிறாள்? மோதிரமும் சேர்ந்து விழுந்துடப் போகுது...!? ரெண்டு விரல்ல பிடிச்சி துளைக்குள்ள நுனில போட்டாப் போதாதா? இவருக்கு பயம்...!

எப்போ கோயிலுக்கு வந்தாலும், மறக்காம உண்டியல்ல காசு போடுங்க...தெரிஞ்சிதா? ஸ்லோகம் சொல்லிண்டே கும்பிடுற சாக்கில் நான் மறந்திடுவேன்...!

லேசாகப் புன்னகைத்துக் கொண்டே....அது உன் வழக்கம்...நா கூடத் தட்டுலதான் போடுவேன்...அர்ச்சகருக்குச் சேரும் அந்தக் காசு.... குறைஞ்ச வருவாய் உள்ளவா...நம்பள மாதிரி நாலு பேர் போடுற பைசாலதான் தொட்டுக்கோ..துடைச்சுக்கோன்னு அவங்க ஜீவனம் கழியறது....பாவமில்லையா?

உண்டியல்லயும் போட்டா...கோயில் காரியங்களுக்கு உதவுமில்லையா? அதுவும் புண்ணியம்தானே?

எது அதிகப் புண்ணியம்னெல்லாம் தெரியாது. அந்தப் புண்ணியத்தை நீ எடுத்துக்கோ...இந்தப் புண்ணியத்தை நான் எடுத்துக்கிறேன்....எனக்கு இதுலதான் திருப்தி, நிறைவு..... என்றார் ராமசாமி....!

என்னிக்கு நான் சொல்லிக் கேட்டிருக்கீங்க...எல்லாம் உங்க இஷ்டம்தான்.... - என்றாள் சலிப்போடு. இப்போ கோயிலுக்குக் கூட்டி வந்ததே அவள் இஷ்டம்தானே...?

போ...போ...போய் நன்னா ஆசை தீரச் சுத்திட்டு வா.....என்று கையைக் காண்பித்தார். கூட நடப்பவர்கள் இவர்களைப் பார்த்துக் கொண்டே நகர்ந்தார்கள். அமைதி காத்தாலே அதுவே பெரிய பக்தி என்றிருந்தது இவருக்கு.

மனசு போல் கும்பிட்டு விட்டு வரட்டும் என்று ஓரமாய் அமர்ந்தார் ராமசாமி. கோயிலுக்கு என்று வந்தால் அங்குள்ள சிற்பங்களும், ஓவியங்களும், சாமி அலங்காரமும்தான் அவர் கண்களையும் கருத்தையும் கவரும்..! டம்...டம் என்று ஓசையெழுப்பும் வாத்தியங்கள் சங்கடப்படுத்தும். ஓடியாடும் குழந்தைகளையும் மகிழ்ச்சியோடு வேடிக்கை பார்ப்பார். அப்புறம்தான் பக்தி. எல்லோரும் கண்களை மூடி சந்நிதியை நோக்குகையில் இவர் நன்றாய்த் திறந்து வைத்துக் கொண்டு சாமி கும்பிடுவார். அந்த அலங்காரம் இவரை ஈர்க்கும். அம்பாளின் மூக்குத்தி ஜொலிப்பதை உன்னிப்பாகக் கவனித்திருக்கிறார். ஆனாலும் தனி ஈர்ப்புதான் அந்தக் காட்சி...! அது வேண்டும், இது வேண்டும் என்று என்றுமே வேண்டியதில்லை. அது அவர் வழக்கமாயும் இருந்ததில்லை. வெறுமே கும்பிடுவார். அத்தோடு சரி. நம்பினாற் கெடுவதில்லை... நான்கு மறைத் தீர்ப்பு...நல்லவர்க்கும் ஏழையர்க்கும் ஆண்டவனே காப்பு....- சினிமாப் பாட்டானாலும் எத்தனை அர்த்தம் பொதிந்தது? உண்டென்றால் அது உண்டு...இல்லையென்றால் அது இல்லை...!

மூன்று நான்கு என்று சுற்றிச் சுற்றி வந்து கொண்டிருந்தாள் அம்புஜம். எப்போது முடியும் தெரியவில்லை. சமயங்களில் அடிப் பிரதட்சிணம் வைக்க ஆரம்பித்து விடுவாள். போச்சுடா....! என்று பொறுமை கழறுவார் இவர். என்றாவது யாராவது சுண்டல் தருவார்கள். அப்படி ஏதும் இன்று உண்டா என்று பார்த்தார். எதுவுமில்லை.

சாமிய வேரோட பிடுங்காம விடமாட்ட போல்ருக்கே... என்றிருக்கிறார் அவளிடம்.

உங்களுக்கு மனசில பக்தியில்லை. அதுக்கு நான் என்ன செய்றது? என்பாள் அவள். ஆனாலும் உன் பக்தி யாருக்கும் வராதுதான்...! - நினைத்துக் கொள்வார்.

சோற்றுக்கே இல்லாதவனிடம் அவன் பசியைப் போக்கும் உணவுதான் அவனுக்குக் கடவுள். பசியோடிருப்பவனிடம் பக்தியைப்பற்றிப் பேசாதே...என்கிறார் ஸ்வாமி விவேகானந்தர்.

வாழ்க்கையில் இளம் பிராயத்தில் மிகுந்த வறுமையைக் கண்டவர் ராமசாமி. அவருக்குத் தெரிந்ததெல்லாம் அவர் தாய் தந்தையரின் உழைப்பும், தியாகமும்தான். காலமெல்லாம் உழைத்து உழைத்து உருக்குலைந்து ஆறு குழந்தைகளைப் படிக்க வைத்து ஆளாக்கிய அந்தத் தியாகத்திற்கு விஞ்சியதாய் இன்றுவரை எதுவுமே அவருக்குத் தோன்றியதில்லை. கண்களை மூடினால் பெற்றோரின் உருவம்தான் முன்னே...! எண்ணங்களில் அழியாது இருந்துகொண்டேயிருக்கிறார்கள். மறந்தால்தானே நினைப்பதற்கு? பட்ட தரித்திரக் கஷ்டமும், பட்டினியும், துன்பமும் நினைவில் வந்து கண்ணீர் கசிய வைத்துக் கொண்டேயிருக்கிறது.. அதற்கு மீறியா ஒரு கடவுள்? அன்னையும் பிதாவும் முன்னெறி தெய்வம். அவ்வளவுதான் அவரைப் பொறுத்தவரை. ஆலயம் தொழுவது சாலவும் நன்று...இது அடுத்துதான்...!

எங்களுக்கெல்லாம் இல்லையாக்கும்? என்று கேலி நிரம்பக் கேட்பாள் அம்புஜம்.

உனக்கு பின்னறி தெய்வமால்ல இருக்கும் போல்ருக்கு...என்று பதில் கிண்டலடிப்பார் இவர்.

யப்பாடி...ஒரு வழியா முடிஞ்சிதா ?.... - என்று சொல்லிக் கொண்டே எழுந்தார். துவஜஸ்தம்பத்திற்குப் பிறகு விழுந்து வணங்கினாள் அம்புஜம். நீங்களும் ஒரு நமஸ்காரம் பண்ணுங்க... என்றாள் இவரைப் பார்த்து.

ஏற்கனவே பண்ணி விட்டேன் என்று சொன்னால் நம்ப மாட்டாள். அவளுக்காக இன்னொரு தடவை விழுந்து எழுந்தார் இவர். ஜோடியாய்ப் பண்ணனுமாம்...!

அம்பாளோட வலது கைப்பக்கமாப் பார்த்து, ஆசீர்வாதம் வாங்குற மாதிரி, இந்தக் கொடிக் கம்பத்துக்கு அப்புறம் இங்கே விழுந்து வணங்கணுமாக்கும்...என்று அவளுக்குச் சொன்னவரே இவர்தான். பலரும் எதிர் வரிசையில் விழுந்து வணங்குகிறார்கள். கொடிக் கம்பத்திற்கு முன் பகுதியிலும் நமஸ்கரிக்கிறார்கள். என்னத்தைச் சொல்வது?. மனதில் பக்தி இருந்தால் சரி...என்று நினைத்துக் கொள்வார்.

அப்படிப் பார்த்தால் கோயில் வாசலில் நூற்றுக் கணக்கான செருப்பு ஜோடிகள் கிடக்கின்றன. சந்நிதிக்கு நேரே...அம்பாரமாய்..... ஒரு மறைவாய்க் கூட இல்லை. .அதுவே மனதை நெருடத்தான் செய்கிறது. இங்கே நேர் வாசலில் போடக்கூடாது...தள்ளி “மறைவாய் எதிர் வரிசையில் காலணிகளைப் போடவும்“ என்று எழுதி வைக்கலாமே? உள்ளே வரும் எத்தனை பேர் ஓரக்

குழாயில் கை - கால் கழுவுகிறார்கள்? எல்லாம் காலத்தின் பரபரப்பிற்கேற்றாற்போல் சரி...சரி...என்றாகி விட்டது. எதையும் துல்லியமாய்ச் செய்ய எவருக்கும் போதில்லை..பொறுமையுமில்லை. அதுபற்றிய குற்றவுணர்வும் இல்லைதான். அவசர பக்தி....!

வந்து வெகு நேரம் ஆகிவிட்டது. பசி கிள்ளியது ராமசாமிக்கு. ஏதாச்சும் அர்ச்சனை பண்ணியிருந்தாலும் ஒரு பழத்தை உரித்துப் போட்டுக் கொள்ளலாம். கொஞ்சம் தேங்காயைக் கொரிக்கலாம். ஒரு மூடி கண்டிப்பா அர்ச்சகருக்கு...கொடுத்திடு...! இன்று அதற்கும் வழியில்லை. வரவர பசி தாள முடிவதில்லை..! -

வாங்க போகலாம்...நேரமாச்சு....விரைவு படுத்தினாள் அம்புஜம்.

நா எப்பவோ ரெடி....நீதான் லேட்டு...சுற்றுப் பிராகாரம் எவ்வளவு பெரிசு? எத்தனை சுத்துதான் சுத்துவே...? .என்று சொல்லிக் கொண்டே நடந்தார். பைக்குள் கையை விட்டு ஐந்து ரூபாய்ச் சில்லரைகளாக இருந்த நாணயங்களைக் கையில் எடுத்துக் கொண்டார் ராமசாமி. கோயில் என்றாலே இந்த ஏற்பாட்டோடுதான் கிளம்புவார். அதற்காகவே நாணயங்களைச் சேகரித்து வைத்திருப்பது அவர் வழக்கம்..ஒரு சிறு மண் உண்டியல் உடைபட்டது இன்று. உண்டியல் பழக்கம் இளம் பிராயத்திலிருந்து தொற்றிக் கொண்ட விஷயம். அதுபற்றி அவள் கேட்டதேயில்லை.

அம்புஜம் கோபம் கொண்டதுபோல் முன்னால் வீச்சு வீச்சென்று நடக்க... புன்னகையோடு பார்த்தார் இவர். எண்ணங்களும், மனமும் நிதானம் கொள்வதும், பக்குவப்படுவதும் என்ன அவ்வளவு எளிதா? சாதாரண மனுஷ ஜென்மம்தானே? எல்லாமும் கலந்துதான் இருக்கும்....! சகிப்புத்தன்மை மனித வாழ்க்கையின் முக்கியமான அம்சம்...!

வாசலில் வரிசையாக உட்கார்ந்திருந்த பிச்சைக்காரர்களுக்கு ஆளுக்கொன்றாய்ப் போட்டுக் கொண்டே வந்தார். கை நீட்டி வாங்கும்போது அந்த முகங்களின் மகிழ்ச்சி இவருக்கு முக்கியம். எல்லாருக்கும் காசு போட்டாச்சா என்று ஒரு முறை நிமிர்ந்து சுற்று முற்றும் பார்த்தார். அந்தக் கோயிலில் ஆள் அதிகம்தான். எங்கு கூட்டம் கூடுகிறதோ அங்கு பிச்சை எடுப்பவர்களும் நிறையக் கூடி விடுகிறார்கள். உண்டியலைக் குலுக்கி எடுத்து வராமல், உடைத்து எடுத்து வந்தது எவ்வளவு சரி? எதிர்த் திசையில் இருந்த தனிப் பிச்சைக்காரன் ஒருவன் விடுபட்டிருப்பது தெரிய அவனுக்கும் சென்று காசு போட்ட போது.....டூ வீலருக்கு அருகே நின்று கொண்டிருந்த அம்புஜம் சத்தமாய்க் கத்தினாள் -

நீங்க இப்ப வரப் போறீங்களா இல்லையா....?- குரல் உரத்து ஒலிக்க இதோ...வந்தாச்சு... என்று ஓட்டமும் நடையுமாய் நெருங்கினார் அவர்.

இந்தாங்க பிரசாதம்...என்று தொன்னையோடு நீட்டிய அதை வாங்கிப் பிரித்தார் ராமசாமி. அட.....சர்க்கரைப் பொங்கலா...? பார்றா...? ..என்று மகிழ்ச்சியாய்ச் சொல்லியவாறே தாமதிக்க மனமின்றி வாயில் எடுத்துப் போட்டுக் கொண்டார். நெய் மணத்தோடு நல்ல சுவை. நாக்கிற்கு இதமாய்..முழுங்கவே மனசில்லை. முகம் பளீரென்று மலர்ந்தது. சரியான பசி தெரியுமோ..நேக்கு..? என்று சொன்னபோது பார்க்கவே பாவமாய் இருந்தது அம்புஜத்திற்கு.

உங்களுக்குப் பசி பொறுக்காதுன்னு தெரியும் எனக்கு. அதான் துர்க்கை அம்மன் சந்நிதில வரிசைல நின்னு வாங்கிண்டு வந்தேன்...- என்றாள் அம்புஜம்.

ஜஐ

3. அம்மாவின் கடைசி நாட்கள்

இங்கு இருந்த நாட்களில் அம்மா சந்தோஷமாய்த்தான் இருந்தாள். மன நிறைவோடு என்று சொல்ல வேண்டும். இப்படிப் படுக்கையில் விழுந்து விட்டோமே என்கிற ஆதங்கம் பிடுங்கித் தின்றது. முகத்தில் நிரந்தரமாய்ப் படிந்துவிட்ட சோகம். அதே சமயம், மனம் கோணாமல், சுடு சொல் பேசாமல், முகம் சுளிக்காமல், செய்வதற்குத்தான் இவன் இருக்கிறானே என்கிற திருப்தி. நிறைவு.

அடுத்தவா மனசு சங்கடப்படுற மாதிரிதான் நீ என்னைக்கும் பேச மாட்டியே...யாரையும் எப்பவும் நீ அப்டிப் பேசினதில்லை... அதுதான் எனக்கு உங்கிட்டப் பிடிச்சது....அந்த நல்ல குணத்தை எத்தனை பேர் நினைச்சுப் பார்த்துப் புரிஞ்சிக்குவா...அதனால உங்கிட்ட இருக்கிறதுல எனக்கு எந்த மனக் குறையும் இல்லை.....

ஒவ்வொரு முறையும் அம்மா அழைக்கும்போதும், இதைச் செய், அதைச் செய் என்று சொல்லும்போதும், இவன் முகம் சுருங்குகிறதா என்று கவனிக்கிறாளோ என்று தோன்றியது. அம்மாவை வலது பக்கமாயும், பின் சற்று நேரம் கழித்து இடது பக்கமாயும் புரட்டி விடும்போதும், அவள் பார்வை இவன் முகத்தைப் பார்த்தே இருந்தது. ஏன் இந்தச் சந்தேகம் வந்தது என்று இவனுக்குத் தோன்றியது. எழுப்பி அமர வைக்க இவன்தான் வரவேண்டியிருந்தது. உட்கார்ந்ததும் சற்றுப் பொறுத்துத்தான் கைப்பிடியை விட வேண்டியிருந்தது. முதுகைத் தாங்கிக் கொஞ்ச நேரம் பிடித்துக் கொண்டிருந்தான். மூச்சு வாங்கியது அம்மாவுக்கு. வாயைத் திறந்து கொண்டு உற்உறா...உற்உறா....என்று திணறினாள். நெஞ்சு அடித்துக் கொண்டது. தலை நிற்க மாட்டாமல் ஆடியது. நிதானத்துக்கு வர சற்று நேரம் பிடித்தது.

ஆதரவுக்கு ஆள் இருக்கிறது எனும்போது ஆசுவாசத்தை, உடல் நோவை சற்று அதிகமாகவே வெளிப்படுத்தும் மனச் சமாதானம். அந்த வேதனையைப் பார்த்து இன்னும் இரண்டு வார்த்தை ஆறுதலாகக் கிடைத்தால் அதில் ஒரு நிறைவு.

இவ்வளவு பாடு தேவையா? கடவுள் என்னைக் கொண்டு போகப்படாதா? என்றாள்.

அது நம்ம கைலயா இருக்கு...அவராக் கூப்டும்போதுதானே போக முடியும்...நாம கூப்டா வருவாரா? அவர் எப்ப நினைச்சிருக்காரோ அப்பத்தான் கூப்டுவார்...

ஆனாலும் பகவானுக்கு எம்மேல கொஞ்சங்கூடக் கருணை இல்லை. எம்புட்டு ஸ்லோகம் படிச்சிருப்பேன். எத்தனை கோயில் போயிருப்பேன். எவ்வளவு வேண்டின்டிருப்பேன்...சதாசர்வகாலமும் அவன் நாமம்தான். ஜபம்தான்..எனக்கு இது வேணுமா? இன்னும் அவனுக்கு இரக்கம் வரலை போலிருக்கு...? எல்லாம் பட்டுத்தானே கழியணும்...மிச்சம் வைக்காமப் போகணுமே...அது என்னோட போறதா? உங்களையும் சேர்த்துக் கஷ்டப்படுத்தறது ...என்னால எல்லார்க்கும் கஷ்டம்...

அப்பா இவ்வாறு படுக்கையில் விழுந்தபோது அவரைக் கொண்டு உடனடியாக ஆஸ்பத்திரியில் அட்மிட் செய்ததும், அதன் தொடர்ச்சியான பராமரிப்பையும் கவனிப்பும், கண்கூடாகப் பார்த்தவள்தானே! அதே அக்கறை தன்னிடம் இருக்காது என்பதாக நினைக்கிறாளோ? இருக்குமா என்கிற சந்தேகத்தில்தான் நோக்குகிறாளோ? எதற்காக இப்படியெல்லாம் நினைப்பு வர வேண்டும்? ஏன் இந்தத் தடுமாற்றம்? தன் வயிற்றில் பிறந்த பிள்ளையிடமே ஏன் இப்படிக் கேள்விகள் முளைக்கின்றன?

வயதான காலத்தில் இப்படிச் சிரமங்களைக் கொடுக்கிறோமே என்கிற மனத் தாங்கலா? அந்த வருத்தமா? அதனால் உண்டான நோவில் வரும் வார்த்தைகளா?

கடவுள் என்னைக் கொண்டு போக மாட்டேங்கிறாரே, இப்டிப் படுக்கைல வீழ்த்துவார்னு நினைக்கவேயில்லை. நா ரொம்பப் பாவம் பண்ணியிருக்கேன்...அது உங்களையும் சேர்த்துக் கஷ்டப்படுத்தறது....அனுபவிங்கோ....என் வயித்துல பிறந்தவாதானே நீங்க...அனுபவிக்கத்தான் வேணும்....

அப்டியெல்லாம் ஒண்ணுமில்லை... நீயா ஏதாவது நினைச்சிக்காதே... எதையாவது கற்பனை பண்ணின்டே மனசைப் போட்டு உழட்டிக்காதே...கண்ணை மூடிண்டு ராம ராமா சொல்லு... அப்டியே தூங்கப் பாரு....

எங்க தூங்கறது...? அதான் ஒடம்பு ரணமா வலிக்கிறதே...நா வெறுமே படுத்திண்டிருக்கேன்னு நீ நினைக்கிறே...இந்த ரணத்தோட கொடுமையை அனுபவிச்சிண்டே கண்ணை மூடிக் கெடக்கேன்.

எவ்வளவுதான் பொறுத்துக்க முடியும்...எதுக்காக இத்தனை உடல் வேதனை? அதான் தாங்க முடியாத போது புலம்பறேன்...யார்ட்டப் புலம்புவேன் சொல்லு...உன்னண்டதான் முடியும்....

சொல்லு...சொல்லு...தாராளமாச் சொல்லு...அதை ஏன் புலம்பறதாச் சொல்றே...உன் பிள்ளைட்டச் சொல்லாம வேறே யார்ட்டச் சொல்லுவே...எங்க பிடிச்சி விடணும்னு சொல்லு... பிடிச்சி விடறேன்... என்று கொண்டே அம்மாவின் இடுப்பு எலும்புப் பகுதியில் அமுத்தி விட்டான் இவன்.

மெதுவா...மெதுவா....என்று அலறினாள் அம்மா. அந்த இடத்தில்தான் அடி பட்டிருக்கிறது என்றார் டாக்டர். வயது தொண்ணூற்றி மூன்று. எப்படிச் சேரும்? முயற்சி செய்து பார்ப்போம்...இந்த மருந்தை உறிஞ்சச் சொல்லுங்க...பதினாறு நாளைக்கு உறிஞ்சணும்...கால்சியம் டெஃபிஷியன்சி...சரியாகறதுக்குக் கொஞ்ச நாளாகும். வீட்டு அளவுல நடக்கிறமாதிரிப் பண்ணலாம். கூடவே இந்த மாத்திரைகளையும் சாப்பிடட்டும்.

நம்பிக்கையாகத்தான் சொல்லி விட்டுப் போனார். அவரைக் கூட்டிக் கொண்டு வந்து காண்பித்ததில் அத்தனை திருப்தி அம்மாவுக்கு.

என் பிள்ளையாட்டம் இருக்கேள். சித்த நன்னாப் பார்த்து, என்னை எழுப்பி உட்கார்த்திடுங்கோ...புண்ணியமாப் போகும்.... டாக்டர் சிரித்துக் கொண்டார்.

இந்தக் காலத்துல வீட்டுக்கு யார் வருவா? கூட்டிக் கொண்டு போய்க் காண்பிக்கலாம்னாலும் முடியாதே...இப்டிப் படுத்த படுக்கையாயிட்டனே?

இதையெல்லாம் நினைச்சு நீ ஏன் கஷ்டப்படுறே....நானில்ல கூட்டிட்டு வர்றேன்... அந்த நம்பிக்கை வார்த்தைகளில் அம்மாவின் முகத்தில் அத்தனை திருப்தி. மனிதர்கள் வார்த்தைகளுக்காக எவ்வளவு ஏங்கிப் போகிறார்கள்? முதுமை பெருங் கொடுமை. அதில் அவர்களுக்கு ஆதரவாக நிற்பது இந்த ஆறுதலான வார்த்தைகள்தான். நாள் முழுதும் அருகிலேயே அமர்ந்திருப்பதும், அவர்கள் புலம்புவதைப் பொறுமையாகக் கேட்டு அதற்கு சமாதானமாக அரவணைத்துப் பேசுவதும் எவ்வளவு கவனமாய்ச் செய்ய வேண்டிய பணிகள்? வெறுமே வேளா வேளைக்குக் கொண்டு வந்து யந்திரம் போல் வைத்தல் ஆகுமா? ஒரு விடுதிக்கும் சொந்த வீட்டுக்கும் வித்தியாசம் வேண்டாமா?

எத்தனை பேர் இதைச் செவ்வனே நிறைவேற்றுகிறார்கள். பெற்ற பிள்ளைகளே வாயில் வந்ததைப் பேசி விடுகிறார்களே?

பேசாமக் கிடக்க மாட்டியா? மனசு அமைதியாவே இல்லையே உனக்கு? இந்த வயசுக்கு எவ்வளவு விலகல் இருக்கணும்? இருக்கா உனக்கு? இந்த வீடும் வாசலும்,உற்றாளும் மற்றாளும் எல்லாமும் வெறுத்துப் போயிருக்கணுமே? ஏன் இல்லை? இப்டிப் படுக்கைல கிடக்கிற போதும், பொண்ணையும், பிள்ளையையும்பத்தி நினைச்சிண்டு, கண்ணீர் விட்டிண்டு, என்ன பக்குவம் வந்திருக்கு உனக்கு? எல்லாரும் உன் கண் முன்னாடியே எப்பவும் நிற்க முடியுமா? வீடியோ கேமராதான் வைக்கணும்...எல்லாருக்கும் கல்யாணம் ஆகி, குழந்தை குட்டிகள்னு பெத்து, குடும்பமா இருக்கால்லியா? அதோட விடுவியா, இன்னும் அவாளைப்பத்தி நினைச்சிண்டிருக்கியே? இப்போ நீ படுக்கைல கிடக்கே... எல்லாராலேயும் வந்து பார்க்க முடிஞ்சிதா? ஆளுக்கு நாலு நாள், வேண்டாம் ரெண்டு நாள், அதுவும் வேண்டாம் ஒரு நாள், வந்து இருக்கலாம் இல்லியா? வந்தாளா? வரமுடியாது...அவாவாளுக்கு ஆயிரம் வேலை...உன்னையே நினைச்சிண்டிருக்க முடியுமா? அதான் ஃபோன்லயே விசாரிச்சிக்கிறா...! இப்போ நாந்தான் இருக்கேன் சதா உன்னைப் பத்தியே நினைச்சு உருகிண்டிருக்க முடியுமா? அதுதான் எல்லாம் பார்த்தாச்சே...இன்னும் எதுக்குத் தவதாயப்படறே...? பிள்ளைகளுக்குக் கல்யாணம் ஆகி, பெண்டுகளுக்கெல்லாம் கல்யாணமாகி, பேரன், பேத்திகளைப் பார்த்து, அதுகளுக்குக் கல்யாணமாகி அவாளோட குழந்தைகளைப் பார்த்து, இப்டியே போச்சுன்னா உன் பிள்ளைகளோட, பொண்களோட சாவையே நீ பார்க்க வேண்டி வந்துரும்...அத்தனை தலைமுறை தாண்டிடும் போலிருக்கு...நெடுங்காலம் உயிரோட இருக்கிறதோட கொடுமை இதுதான் பார்த்துக்கோ...

அப்பாடா, என்ன பேச்சு, என்ன பேச்சு...? எல்லாந்தான் தோணும்னாலும் அதை இப்டி வாய்விட்டுச் சொல்லணுமா? நல்லதாப் பேசப் படாதா? சுற்றிலும் துஷ்ட தேவதைகள் இருப்பா வீட்ல...? காதில கேட்டுண்டே இருக்குமாம்....நாம சொல்றதை திரும்பத் திரும்பச் சொல்லுமாம்...அப்டிச் சொன்னா அதுதான் நடக்கும்பா...ஆகையினால நல்லதே பேசுங்கோ....

அம்மாவின் புலம்பல்....

ஆமா, இதுலதான் வந்தது. பாரு, இந்த வயசுலயும் ஆசையை? யதார்த்தத்தைப் பார்ப்பியா...? என்னமோ துஷ்ட தேவதை அது இதுன்னுட்டு...? காலா காலத்துல போய்ச் சேர்ந்தோம்னா நிம்மதின்னு நினைக்கப் பாரு...அதுக்கு வேணா பிரார்த்தனை பண்ணு....யாருக்குத் தெம்பு இருக்கு இந்தக் காலத்துல? புருஷன் பொண்டாட்டி ரெண்டு பேரும் சேர்ந்து உழைக்கிற காலம் இது...

ஆபீசிலயும், வீட்டுலயும்...எவனால முடியுது? உங்க காலத்துல நல்ல சாப்பாடு சாப்டேள்....தொண்ணூறு நூறுன்னு இருக்கேள்... இப்போ? எல்லாம் கலப்படம்? அறுபது தொட்டாலே இழுத்துக்கோ, பறிச்சிக்கோன்னு கிடக்கோம் நாங்க...எல்லாரும் வேலைக்குப் போறவா வேறே...எம்புட்டு வந்தாலும் பத்த மாட்டேங்கிறது.... எல்லாத்துக்கும் ஆள் வச்சிக்க வேண்டிர்க்கு...அவாளுக்கு ஆயிரம் ரெண்டாயிரம்னு கொடுக்க வேண்டிர்க்கு...அப்பிடியும் கிராக்கியா இருக்கு...யாருக்குத் தெம்பு இருக்கு உடம்புல... ஒடிஞ்சி விழுந்துடுவா போலிருக்கு...இதுல ராத்திரி முழிப்பு, பகல் முழிப்புன்னு வித்தியாசமில்லாம யாரால கிடக்க முடியும்? விடாம யாரால செய்ய முடியும்? ஆஸ்பத்திரில கூட நர்சுன்னு ஒருத்தி இருந்தா டே ஷிப்ட, நைட் ஷிப்ட்னு மாத்தி மாத்திப் பார்க்கிறா.... ஒரே ஆள் தொடர்ந்து இருந்தா அப்புறம் அவாளும் படுக்கைல விழுந்தா யார் பார்க்கிறது? இதைச் சொன்னா குத்தம்...தான் பார்த்திண்டா எது நியாயமோ அதுவே மத்தவாளுக்கு ஆகாது... மத்தவாளுக்கும் வயசாகும், ஒவ்வொருத்தரோட உடம்பு ஸ்திதி வெவ்வேற மாதிரியிருக்கும்ங்கிற பக்குவமெல்லாம் கிடையாது...- பிள்ளைகளின் பேச்சில் எல்லாமும் ஒரே விகிதமாகவா இருக்கும். சற்று மாறுபடத்தானே செய்யும்...இன்றைய தலைமுறையின் யதார்த்த, நிதர்சனப் போக்கு மூத்த தலைமுறைக்குப் புரியுமா?

எல்லாவற்றையும் காது கொடுத்துக் கேட்டுக் கொண்டே படுக்கையில் சவமாய்க் கிடந்தாள் அம்மா. கண்களில் விடாமல் வழிந்து ஓடிக் கொண்டிருக்கும் நீர். கடந்து வந்த காலங்களின் அதீத நினைப்புகள்...சொல்லொணாத் துயரங்கள்...

அழாதே...உடம்பு அவாளுக்கும் முடியாதபோது, அலுத்துச் சலிச்சு வருமில்லியா...அப்போ ரெண்டு வார்த்தை வரத்தான் செய்யும்... உனக்குத் தெரியாதா, அதெல்லாம் பெரிசா எடுத்துக்காதே... நீ பார்க்காததா? பாட்டிக்கும், அப்பாவுக்கும் எவ்வளவு பார்த்திருக்கே...? உன் மனசு கஷ்டப்படக்கூடாதுதான்...நீ நொந்து ஏதாச்சும் நினைச்சுண்டா அது பலிச்சிடும்தான்...ஆனாலும் நீ அப்டி நினைக்க மாட்டே...உன் ஜனனமில்லையா எல்லாமும்,... எல்லாரையும் மன்னிச்சிடு...ஆசீர்வதி...அவ்வளவுதான்...

ஆனாலும் வார்த்தை பேசாதது நீதாண்டா....நான் நன்னாச் சொல்லுவேன்...அடுத்தவா மனசு புண்படுமேங்கிற எண்ணம் உனக்கு மட்டும்தான் உண்டு. அவாள்லாம் அப்டியில்லை... வாயில வந்ததைப் பேசிடுறா...எல்லாருக்கும் தோணறதுதான்... ஆனா இதையிதைப் பேசணும்னு ஒண்ணு இருக்கில்லியா...? மனசுல தோணறதையெல்லாம் அப்டிப் பேசிட முடியுமா? என்ன மனுஷா? எவ்வளவோ படிக்கிறா...அடுத்தவாளுக்கு உபதேசிக்கிறா...

தனக்குங்கிறபோது மட்டும் இப்டி நடந்துக்கறா...எல்லாமும் ஏட்டுச் சுரைக்காய்...லோக அனுபவமங்கிறதே வேறே...இந்த உலகத்து மனுஷாளோட கலந்த அனுபவம் இருக்கே அதோட மகிமையே தனி...அப்பத்தான் பக்குவப்படும்...மனுஷாளுக்கு விவேகம்னு ஒண்ணு வேண்டாமா? பஞ்சு மனசுன்னு ஒண்ணு உண்டே... அந்த மென்மை உனக்கு மட்டும்தான் உண்டு. நீ வாய் திறந்து எதையும் சட்னு பேசிடமாட்டாய். அதுதான் சாட்சி...! ஏன்னா நீ என்னோட முழு ஆதங்கத்துல பிறந்தவன்...உங்கப்பா சின்னாளபட்டில கடை வச்சிருந்த போது ரெண்டு வருஷம் என்னைப் பிரிஞ்சிருந்தார். அங்க கடையை ஒரேயடியா இழுத்து மூடிட்டு உள்ளூரோட வந்து சேர்ந்தாரோல்லியோ அப்போதான் நீ பொறந்தே...ஆதங்கப்பட்டு, ஆதங்கப்பட்டு, என் மனசுல தேக்கி வச்சிருந்தனே நிறைய, துக்கத்தையும், கருணையையும், வேதனையையும்...அதோட மொத்த உரு நீதான்...எத்தனை பொறுமையும், நிதானமும் காத்திருப்பேன் தெரியுமா? அது பெரிய கதைடாப்பா...அதை இன்னைக்கு நினைச்சாலும் என் உடம்பு நடுங்குறது...அப்டி ஒரு மனுஷனை நான் இந்த ஜன்மத்துல பார்க்கலை...எவ்வளவு பெரிய மனசு அவுருக்கு....தெய்வமா வந்தார் நம்ம வீட்டுக்கு...

நீ என்னம்மா சொல்றே...?

அம்மாவின் முகத்தில் புதிய ஒளி. பழைய நினைவோட்டங்களின் ஆதர்ஸம். கண்களில் சட்டென்று பெருக்கெடுக்கும் கண்ணீர்.

ஊரம்புட்டும் கடனாயிடுத்து...உங்கப்பாவால தீர்க்க முடியலை... என்னவோ பேருக்கு வியாபாரம் நடந்திண்டிருக்கு...கடையும் ஓடிண்டிருக்கு...ஆனா கடன் பெருகிண்டிருக்கு...உங்கப்பாவுக்கு என்ன செய்றதுன்னே தெரிலை...முழிச்சிண்டிருக்கார்...இந்தச் சமயத்துலதான் நா போய் அங்க உட்கார்ந்தேன்...

உன்னை யாரு இங்க வரச்சொன்னா...? யாரக் கேட்டு இங்க வந்தே?ன்னு சத்தம் போட்டார். சத்தம்னா அப்டியொரு பழி சத்தம்....உங்க பாட்டியானா முழிக்கிறா...அவாகிட்டே அழுது புரண்டுதான் என்னைக் கூட்டிண்டு போய் உங்கப்பா முன்னாடி நிப்பாட்டினா...ஏண்டா குழந்தே....உங்கப்பாவப் பாட்டி அப்டித்தான் கூப்பிடுவா...இப்டியா திரும்பிப் பார்க்காம இருப்பே..ஒரு பொம்மனாட்டி என்னதாண்டா பண்ணுவா....தனக்கு வாழ்வு இருக்குன்னு நினைப்பாளா, இல்லைன்னு அழுவாளா? நீ இல்லாம அவ படற துன்பம் என்னால சகிக்க முடிலப்பா...அதான் கொண்டாந்து விட்டுட்டேன்...இனிமே உன் பாடு அவ பாடு....

நாலுங்கெடக்க நடுவுல இப்டிக் கூட்டிக் கொண்டாந்து நிப்பாட்டினா நானும் என்னதான் செய்றது? நா என்ன செத்தா போயிட்டேன். இங்கதானே இருக்கேன்...

இங்கதான் இருக்கேங்கிறதே இங்க வந்தபின்னாடிதானே தெரியறது...மாசத்துக்கு ஒருதரமாவது ஊருக்கு எட்டிப் பார்க்க மாட்டியா? யார்ட்டச் சொல்லி எப்டித் தெரிஞ்சிக்கிறது? குடும்பம்னு ஒண்ணு இருக்குங்கிறதை நினைக்க மாட்டியா? இப்டியா குழந்தைகளை விட்டிட்டு கண்காணாம வந்து கிடக்கிறது? நாங்க என்ன நினைக்கிறது அப்புறம்?

படிக்கிற குழந்தைகளை இப்டி இழுத்திண்டு வந்து நின்னா என்ன அர்த்தம்...நாளைக்குப் பொழுது விடிஞ்சிதின்னா அதுகள் ஸ்கூலுக்குப் போக வேண்டாமா? இது நன்னாயிருக்கா?

ரெண்டு நாளைக்குப் போகாட்டா ஒண்ணும் குடி முழுகாது... நீ அங்க இருந்தாத்தான் எல்லாம் சரிப்படும்...இப்ப எங்களோட புறப்படு....போதும் நீ வியாபாரம் பார்த்ததெல்லாம்...

கடன்காராால்லாம் கழுத்த நெரிச்சிண்டிருக்கா...அவாளையெல்லாம் விட்டிட்டு நா எப்டி வர்றது? என்னமாவது பண்ணி அத்தனையையும் செட்டில் பண்ணிட்டுதான் ஊர்ல காலடி வைப்பேன்....

அப்போ அதுவரை நாங்களும் இங்கதான் இருப்போம்....என்ன பண்ணனுமோ பண்ணிக்கோ...இப்போ என் நாட்டுப்பொண்ணுக்கு ஒரு பதிலைச் சொல்லு....அவ அழுகையையும் கதறலையும் என்னால கண்கொண்டு பார்க்க முடியலை....இல்லைன்னா சா தற்கொலை பண்ணின்டு சாக வேண்டிதான்...

அப்பா தர்ம சங்கடத்தில் ஆழ்ந்தார். தாயாரின் வார்த்தைகள் அவரை ஆட்டியெடுத்து விட்டன. துக்கத்தில் சிலையாய் அமர்ந்து கிடந்தார். வாசலிலானால் கடன்காரர்கள் வந்தமணியமாய் இருக்கிறார்கள். ஆளுக்கொரு லிஸ்டைக் கையில் வைத்துக் கொண்டு உட்கார்ந்து கிடக்கிறார்கள். கடனைத் தீர்த்தால்தான் இடத்தை விட்டு நகருவோம் என்கிறார்கள். ஒரு குந்துமணித் தங்கமில்லை அம்மாவிடமும். கழுத்தில் மஞ்சளை முடிந்து கட்டியிருக்கும் தாலி. பொழுதோ இருட்டி விட்டது. வந்தவர்கள் நகரவில்லை. மேற்கொண்டுதான் ஆட்கள் வருகிறார்கள். ஆளாளுக்குக் கையில் கிடைத்ததைத் தூக்கிக் கொண்டு கிளம்பினாலும் பத்தாது..தேறாது...

அன்று அந்தத் தேவரய்யா மட்டும் இல்லையானால் என்னவாகியிருக்கும்? கையெடுத்துக் கும்பிட்டுக் குலதெய்வமாய் வைத்த தெய்வம் அவர்.

அம்மணீ...நீ ஒண்ணும் அழாண்டாம்....கண்ணத் துடைச்சிக்கோ.... எல்லாம் நா பார்த்துக்கிறேன்....ஏ புள்ளே....அவுகள்லாம் பசியாக் கிடக்காக பாரு....முதல்ல அவுக வவுத்த நிரப்புற வழியப்பாரு....

போங்க..போங்க...வீட்டுக் குள்ளாற போங்க...எல்லாம் நல்லபடியா நடக்கும்....பசியாறுங்க முதல்ல.....

அன்று அது நடக்கவில்லையானால் குடும்பமேயல்லவா தற்கொலை செய்து கொண்டு மாய்ந்திருக்கும்...!

என்னாய்யா...எல்லாரும் ஓரெயடியா வந்து கழுத்தப் பிடிக்கிறீங்க... அவரென்ன தர மாட்டேன்னா சொன்னாரு....அவரத்தான் இத்தன்நாளாப் பார்க்கிறீங்கள்ல...உங்க முன்னாடிதான இருக்காரு... ஓடியா போயிட்டாரு...கொஞ்சங் கொஞ்சமாத் தர்றேன்னுதானே சொல்றாரு...ஒரு மனுஷன ஒரே சமயத்துல எல்லாரும் நெருக்கினீங்கன்னா அவன் என்னதான்யா பண்ணுவான்.....நா சொல்றேன்...யாரும் அவர்ட்ட இனிமே பேசப்படாது...என்னைத் தாண்டி யாரும் அவர்ட்ட நெருங்கப்படாது...தெரிஞ்சிதா... அவுங்கவுங்களுக்கு எவ்வளவு எவ்வளவுன்னு சொல்லுங்க...நா செட்டில் பண்றேன்......என் பொறுப்பு.....

தேவரின் வார்த்தைக்குக் கட்டுப்பட்டது அந்தக் கூட்டம், சமாதானமாகி தங்கள் கணக்கைத் தீர்த்துக் கொண்டது. அந்த இரவு....மறக்க முடியாத இரவு அம்மாவுக்கு.....

ஒரு வில்வண்டியைப் பூட்டி, கையில் கொஞ்சம் பணத்தையும் செலவுக்குக் கொடுத்து, அம்மா, பாட்டி, அப்பா மூவரையும் இரவோடு இரவாக இரண்டு ஆட்களைப் பாதுகாப்புக்குச் சேர்த்து ஊருக்கு அனுப்பி வைத்தார் தேவர்...அந்த மகானை மறக்க இயலுமா...தினமும் முதல் கவளம் கையில் எடுக்கையில் அவரையல்லவா நினைத்து வணங்கியது அந்தக் குடும்பம்.

உங்கப்பா வச்சிருந்த அந்த சோத்துக் கடைல என்ன பண்ட பாத்திரம் இருந்ததுன்னு நினைக்கிறே? அது அத்தனையையும் வித்திருந்தாலும் அவர் பட்ட கடனை அடச்சிருக்க முடியுமா? நிச்சயம் முடியாதுதான்...திவாலாத்தானே நின்னார்...? ஆனா தெய்வமா வந்த அந்த மனுஷன் அன்னைக்கு எங்களப் பாதுகாத்தார். எந்தக் கடவுள் அனுப்பி வச்சாரோ தெரியாது. அன்னைக்கும் இன்னைக்கும் அவர்தான் நமக்குக் கடவுள்...இன்னைக்கு நீங்களெல்லாம் இப்டி நிக்கறேள்னா அதுக்கு அவர்தான் காரணமாக்கும்....

ஏம்மா, இப்போ அவரை உன்னால அடையாளம் காட்ட முடியுமா? அவரில்லாட்டாலும், வாரிசுகள் இருப்பால்லியா.... அந்த அம்மணியோட வயித்துல ஜனிச்ச பிள்ளைகள் இருப்பா இல்லியா...அவாளைப் பார்த்தாலே புண்ணியமுண்டே....

கண்ணா நீ சொன்னதே போரும் எனக்கு....ஏதோ ஒரு ஜன்மத்துல அவுருக்கு நா பொண்ணாப் பொறந்திருக்கணும்...அதுனாலதான்

அவரை என் அழுகை அன்னைக்கு அப்டி ஆட்டித்து....அந்தம்மா மடில படுத்துண்டு நா அழுத அழுகை என்னைப் பெத்த தாயார்ட்டக் கூட எனக்கு அந்த ஆறுதல் கிடைக்கலைன்னுதான் சொல்லுவேன்.....எல்லாத்துக்கும் உங்கப்பாவோட நேர்மையும், ஒழுக்கமும்தான் காரணம்...அய்யர்சாமி, அய்யர்சாமின்னு உசிரை விடுவார் அந்த மனுஷன்...பின்னாடி வீடுள்ள அவர், உங்கப்பா கடைலதான் கிடையாக் கிடப்பார்...ஒரு வார்த்தை சொல்ல மாட்டார் உங்கப்பா....அத்தனை மரியாதையான மனுஷன்... பெரிய ஆகிருதி ....காவல் தெய்வம் மாதிரி உட்கார்ந்திருப்பார்.... அதுபோலவே நம்ம குடும்பத்துக்கும் தெய்வமா நின்னார்.....

எல்லாம் உன்னோட தாலி பாக்கியம் அம்மணீ...கவலப்படாமப் போன்னார்...அவர்தான் உங்கப்பாவை மீட்டுக் கொடுத்தார். சத்தியமான வாக்கு அது... அப்டிப்பட்டவாளயெல்லாம் இன்னைக்கும் நினைக்கலேன்னா நாமள்ளாம் என்ன மனுஷா...? எல்லாம் நீ கேட்கிறயேன்னு சொல்றேன்....எவ்வளவோ கடந்து வந்தாச்சுடா கண்ணா....இந்த நெஞ்சு தாங்கினது எம்புட்டோ துக்கம்...அத்தனையும் சொல்லி மாளாது....இந்த ஊரோட ஊரா உங்கப்பா வந்த பின்னாடிதான் நீ பொறந்தே...உங்கப்பாவை உள்ளூரோட கொண்டுவந்து நிறுத்தின பெருமை உன்னைத்தான் சேருமாக்கும்....நீ வயித்துல இருக்கிறதுலேர்ந்து உங்கப்பா எங்கயும் நகரலை...அப்டியே உள்ளூரோட இருக்க ஆரம்பிச்சிட்டார்.... இங்கயே வேலைக்குப் போக ஆரம்பிச்சிட்டார்...உன்னை நினைச்சிண்டேதான் சடையுடையார் கடைலர்ந்து ஓடி ஓடி வருவார்...வத்தலக்குண்டிலயே நாம நிலைச்சது உன்னாலதான்....

நான் அம்மாவையே பார்த்துக் கொண்டிருந்தேன். வாழ்க்கையின் வெவ்வேறு கால கட்டங்களில் எத்தனையெத்தனை சோதனைகளையும், கஷ்டங்களையும், வேதனைகளையும் கடந்து வந்த அனுபவசாலி அவள்...? அவளின் அனுபவ சாரத்தின் முன் நாமெல்லாம் எம்மாத்திரம்? வெறும் துரும்பாயிற்றே...? சிலிர்த்துப்போய் அமர்ந்திருக்கிறேன் நான்.

தொலைபேசி எடுக்க ஆளின்றித் தொடர்ந்து அலறுகிறது. என்னாச்சு? யாராச்சும் கேட்க வேண்டிதானே...? சொல்லிக் கொண்டே போய் எடுக்கிறேன். அம்மாவுக்கான அந்தச் செய்தியைத் தாங்கி வருகிறது அது.

நாந்தான் சொன்னனே அவனுக்கு மனசாகாதுன்னு...என்னவோ நீ கூட்டிண்டு போன்னு உங்கிட்ட சொல்லிட்டானேயொழிய அவனால நா இல்லாம இருக்க முடியாதாக்கும்....அவன் மனசு கேட்காது....எனக்குத் தெரியாதா எம்பிள்ளையோட அடி

மனசு....என்னை நீயும் அவளும் நன்னாப் பார்த்துண்டேள்... எனக்கு ரொம்பத் திருப்தி. நிறைஞ்ச சந்தோஷம்...நீங்க நன்னா இருப்பேள்...நல்லதாப் போச்சு, பேசாம என்னை அங்க கொண்டு விட்ரு...அங்க இருந்தாத்தான் எனக்கும் சரி வரும். ஆயிரந்தான் ஆனாலும் மூத்தவன்ட்ட இருக்கிற திருப்தி வருமா? அங்க பிராணன் போறதைத்தான் எல்லாரும் விரும்புவா...அதுதான் உலக நியதி..... வண்டிக்கு ஏற்பாடு பண்ணிட்டான்லயோ? படுத்துண்டமேனிக்குப் போறதுதானே...நிம்மதியாப் போச்சு...நாம்பாட்டுக்குத் தூங்கிண்டே வர்றேன்...பொழுது விடிஞ்சா மெட்ராஸ் ஆச்சு....

அம்மாவின் முகத்தில் எத்தனை உற்சாகம். அதுவரை இருந்த சோர்வும், களைப்பும், வலியும், வேதனையும் எங்கே போயிற்று? விட்டால், தானே எழுந்து நடந்து விடுவாள் போலிருக்கிறதே...?

பொறு...பொறு...ராத்திரி எட்டுக்குத்தான் ஆம்புலன்ஸ் வருதாக்கும்... எல்லா ஃபெசிலிட்டீசோட அரேஞ்ஜ் பண்ணியிருக்கான்... .ஏ.ஸியோட....கூடவே ஒரு நர்சும் வர்றாங்க...ராத்திரிப் பூராம் உன்னைப் பார்த்துக்க....எதுக்கும் பயப்பட வேண்டாம்....ஆனாலும் உனக்குக் கவனிப்பு ஜாஸ்திதான்...நாளைக்கு எங்க பாடெல்லாம் எப்டியோ..? நாங்கள்லாம் எப்டி சீரழியப் போறோமோ?

எதுக்கு அப்டிச் சொல்லிக்கணும்...எல்லாம் நன்னா இருப்பேள். என்னோட பேரன் பேத்திகளெல்லாம் உங்களைக் கூடவே இருந்து கண்ணும் கருத்துமாக் கவனிச்சிக்குவா...என் வாக்கு பலிக்கும்போதாவது என்னை நினைச்சிக்க மாட்டேளா..

எத்தனை பரந்த மனசு அம்மாவுக்கு. எல்லோரும் இன்புற்றிருக்க நினைப்பதுவே அல்லாமல் வேறொன்றறியேன் பராபரமே.....

அம்மாவின் முகத்தில்தான் என்னவொரு பெருமிதம்? தகவல் வந்ததும், என்னையே மறந்து விட்டாளே...?எப்படித் துள்ளுகிறாள்? எவ்வளவு மகிழ்ச்சி? என்னதான் ஆனாலும் மூத்தவன் இருக்க இளையவனுக்கு ஏது பெருமை? காலம் அப்படித்தானே கட்டமைக்கப்பட்டிருக்கிறது?

ஆனாலும் அம்மாவுடனான இந்த நாட்கள்...? அவை பொன்னெழுத்துக்களால் பொறிக்கப்பட வேண்டியவை...!அம்மா இங்கே, என்னிடம் இருந்த அந்த சில நாட்களை என்னால் மறக்க முடியுமா? அவளின் ஆசிகள் இந்த வீடு பூராவும் பரவிக் கிடக்கிறது. மூலைக்கு மூலை நின்று ஒலிக்கிறது. அசரீரியாய் கனிந்த குரலோடு எங்களை வாழ்த்திக் கொண்டே இருக்கிறது. அடக்கவொண்ணாமல் கண்ணீர் துளிர்க்கிறது எனக்கு.

4. என் மக்கள்

வீட்டு வாசலில் வரும் ஒரு குடம் பதின்மூன்று ரூபாய் வேன் தண்ணீர் வாங்க இஷ்டமில்லை ஈஸ்வரனுக்கு. பத்து ரூபாய்தான் விற்றுக் கொண்டிருந்தது...இப்போது கூட்டியிருக்கிறார்கள். அப்போது சில சமயம் வாங்கியிருக்கிறார் மனசில்லாமல். இந்த முறை பதின்மூன்று என்றவுடன் மனசு விட்டுப் போனது. பெரிய வித்தியாசமில்லைதான். ரெகுலராக அந்தத் தெருவில் வேனில் தண்ணீர் வாங்குபவர்கள் யாரும் இப்பொழுதும் நிறுத்தியதாகத் தெரியவில்லை. மூன்று நான்கு வேன்கள் வருகின்றனதான். ஒவ்வொரு ரூபாய் வித்தியாசப்படும். அது அதில் வழக்கமாக வாங்குபவர்கள் வாங்கிக்கொண்டுதான் இருந்தார்கள். சுத்தப்படுத்திய தண்ணீர் என்கிற நினைப்பு. இவருக்கொன்றும் அவ்வளவு நம்பிக்கையில்லை.

எப்பொழுதுமே வேனில் வாங்காதவரான நாலு வீடு தள்ளியுள்ள பிரபாகரன் இப்பொழுதும் வாங்குவதில்லை. பதிலாக அவர் ஒன்று செய்கிறார்...சைக்கிளோடு வரும் ஒரு ஆளிடம் இரண்டு ப்ளாஸ்டிக் குடங்களைக் கொடுத்து பின் சீட்டில் கட்டித் தொங்கவிட்டு அவரை எடுத்து வரச் செய்கிறார். ஒரு குடத்திற்கு இவ்வளவு என்று கொடுப்பார் போலும். கேட்டுக் கொள்வதில்லை. சமயங்களில் அவரின் அந்த சைக்கிளுக்கு டயர், செயின், ரிப்பேர் என்று வேறு உதவிகளும் செய்கிறார். அவருக்கு அது திருப்தியாக இருக்கிறது. மனசும் இருக்கிறது.

ஈஸ்வரன் ஆரம்ப காலத்திலிருந்தே அவரது மொபெட்டில் போய்த்தான் தண்ணீர் எடுத்து வந்து கொண்டிருந்தார். என்றுமே வேன் தண்ணீர் அவர் வாங்கியதில்லை. தினமும் பத்து ரூபாய் என்றால் மாதத்துக்கு முன்னூறா...என்ன அநியாயம்? என்று அவர் மனது சொல்லியது.

அப்படியொன்றும் அது சுத்திகரிக்கப்பட்ட தண்ணீராயும் இவருக்குத் தோன்றவில்லை. சுட வைத்துக் குடிக்க இறக்கியபோது அதில் மேலாகப் படர்ந்திருந்த பவுடர் போன்ற படலமும்,

அசாத்தியக் க்ளோரின் வாடையும் இவருக்குப் பிடிக்கவில்லை. மேலும் ஒரு மாதிரிக் கடுத்தது அந்தத் தண்ணீர். எனவே வாங்குவதை நிறுத்திவிட்டார். காசையும் கொடுத்து வியாதியையும் வாங்கிக்கவா?

இரண்டு கி.மீ. தூரத்தில் உள்ள நெசவாளர் காலனியின் ஓரிடத்தில் நாள் முழுவதும் விடாமல் தண்ணீர் வந்து கொண்டிருந்தது. பள்ளமான பகுதி அது. அங்கு எப்போதும் கூட்டம்தான். கார்ப்பரேஷன்காரர்களை அவ்வப்போது கவனித்து, அந்த லாபத்தை அந்தப் பகுதி வீட்டுக்காரர்கள் தக்க வைத்துக் கொண்டிருந்தார்கள். மூன்று நான்கு வீடுகளில் விடாது அடி குழாயில் தண்ணீர் வந்து கொண்டேயிருக்கும். ராத்திரி பதினோரு மணிக்குக் கூட அங்கு ஓய்வில்லை. ஒழிச்சலில்லை.

குடத்திற்கு ஒரு ரூபாய் என்று வசூலித்தார்கள். அது ஐம்பது பைசாவிலிருந்து முக்கால் ரூபாயாகி பின்பு ஒரு ரூபாயில் வந்து நிற்கிறது. ஒரு ரூபாய்க்கு மேல் ஏற்றமில்லை. சில வருடங்களாகவே அந்த ரேட்தான் நிலைத்திருக்கிறது. சில்லரைக்கும், கொடுக்கல் வாங்கலுக்கும் வசதி. தொலை தூரத்திலிருந்து கூட ட்ரை சைக்கிள் போட்டுக் கொண்டு பத்துக் குடங்களை வண்டியில் அடுக்கி வந்து பிடித்துச் செல்பவர் உண்டு. அந்த நேரம்தான் அங்கே சண்டை வரும்....சலுப்பக்குடிச் சண்டை. ஆனாலும் அந்த பாஷை கேட்க இதம்...! நியாயம் தலை தூக்கி நிற்கும்.

நீங்க ஒரு குடம் பிடிச்சவுடனே எங்களுக்கு விட்ரணும்... தொடர்ந்து பத்தையும் பிடிக்க முடியாதாக்கும்...அப்புறம் நாங்க என்ன பொழுதுக்கும் நின்னுக்கிட்டே கிடக்கிறதா? பிள்ளைகள பள்ளிக்கோடத்துக்கு அனுப்ப வேணாமா? சமையல் பண்ண வேணாமா? நாங்க குளிச்சு, குளிக்கப் பண்ணி...எம்புட்டு வேல கெடக்கு... நாலஞ்சு கி.மீ. தள்ளியிருந்து வர்றீக...ஓங்க பக்கமெல்லாம் குழாயே இல்லாமப் போச்சா...? இம்புட்டுத் தொலை வந்து எங்க கழுத்த அறுக்கிறீங்க?

அந்தச் சண்டையில் குழாய் வீட்டுக்காரர் தலையிடுவதேயில்லை. எதையோ பேசி, என்னவோ செய்து கொள்ளட்டும்...நமக்கென்ன...! எப்படியும் நாளுக்கு நூறு தேறும். வண்டிக்காரன் நின்னால்...அது குறையும். ரெண்டு டிரிப் அடிக்கிறானே? அங்குதான் ஈஸ்வரன் சென்று கொண்டிருந்தார். மற்றவர் போல் சைக்கிளில் குடத்தின் கழுத்தில் கயிற்றைக் கட்டி பின் சீட்டில் இருபக்கமும் சமமாகத் தொங்கவிட்டுத் தண்ணீர் கொண்டு வரும் சாமர்த்தியமெல்லாம் அவருக்கில்லை. அப்படி முயற்சித்தபோது பாதி வழியில் குடம் கீழே விழுந்து நசுங்கி, வண்டி சாய்ந்து,..இவரும் விழுந்து, சாலையில் செல்வோர் தூக்கி நிறுத்தி...அமர்க்களமாகிப் போனது.

அந்தச் சமயம் இவர் புது மொபெட் ஒன்று வாங்கியிருந்ததால் அதில் ஒவ்வொரு குடமாய் ரெண்டு நடை கொண்டு வருவதெனப் பழக்கப்படுத்தியிருந்தார். பெட்ரோல் காசைக் கணக்குப் பண்ணினால் கூட வாசலில் வரும் தண்ணீர் விலை அதிகம்தான் என்றுதான் தோன்றியது. தண்ணீரோடு திரும்பும்போது மிக மெதுவாய்த்தான் வருவார். 150 லிட்டர் கேன் ஒன்று வாங்கினார். சைடு கொக்கியில் தொங்கவிட்டுக் கொண்டு பறந்தார். குழாயடிக்குச் சென்ற போது வண்டி மட்டும்தான் இருந்தது. மேடு பள்ளத்தில் ஜம்ப் ஆகி அது எங்கோ விழுந்து விட, வண்டியைத் திருப்பி வழியெல்லாம் அதைத் தேடிக் கொண்டே வந்தார். என்னா கெரகம் இது...நமக்குன்னு அமையுதே...என்று ஒரே வேதனை அவருக்கு.

சாமீ....என்னா கூப்பிடக் கூப்பிடத் திரும்பிப் பார்க்காமப் போயிட்டே இருக்கீகளே...கேன் வாணாமா...? என்றுகொண்டேஒரு கடை வாசலிலிருந்து பாய்ந்து வந்தார் ஒருவர். இத்தனைக்கும் அவரை அந்த வழியில் செல்கையில் போகிற போக்கில் ஒரு பார்வை பார்த்திருப்பார். அவ்வளவுதான். அந்த மனுஷாளின் ஈடுபாடே தனி...!

ஈஸ்வரனுக்குப் பிடித்ததே இந்த மாதிரியான மனித உறவுகள்தான். அவர் குடியிருக்கும் பகுதியில், காலையில் உழவர் சந்தைக்குப் போய் வரும் வேளையில், உழவர் சந்தையில், ஏன் ஐந்து கி.மீ.க்கு உட்பட்ட பகுதிகளில் அன்றாடம் பார்க்கும், பழகும் முகங்களை அவருக்கு தினமும் பார்த்தாக வேண்டும். அவர்களோடு பேசுகிறாரோ இல்லையோ, அவர்கள் இவரிடம் பேச்சுக் கொடுக்கிறார்களோ இல்லையோ, அந்தத் தெரிந்த, அறிந்த முகங்களை அன்றாடம் பார்த்து ரசிப்பது அவருக்கு மன சாந்தி. கை கொடுப்பதற்கு நிறைய உறவுகள் இருப்பதுபோல என்றே சொல்லலாம். வாங்கய்யா... என்னா ரொம்ப நாளாக் காணலை...என்று சொல்லிக் கொண்டே நிறுவைக்கு மேல் ஒரு கை வெண்டைக்காயை அள்ளிப் போடும் பெண்மணி. அய்யா...வாங்க...தோட்டத்துக் காயி...காலைல பறிச்சதாக்கும்...வாங்கிட்டுப் போங்க.....என்ற அன்பு குழைந்த வரவேற்புகள். நாலு காய்தான் வாங்குகிறோம் என்றாலும் நாற்பது கடைகளையும் ஒரு சுற்றுச் சுற்றி வருவதில் கிடைக்கும் திருப்தி... மன நிறைவு...! வழக்கமாய்ப் பார்க்கும் போஸ்ட்மேன்..மனோகரன் ....வழக்கமாய் தெருவில் பழைய பேப்பர் எடுக்க வரும் சிவசாமி... அன்றாடம் கீரை கொடுக்கும் முனித்தாய்...உப்பு...உப்போய்.... என்று சைக்கிளில் ஒரு மூடை உப்பை வைத்து ஓட்டிக் கொண்டு வரும் சம்புகன்...தெருக் கடைசியில் தோசை மாவு விற்கும் மரியக்கா...இங்க வண்டிய நிறுத்திக்கிறட்டா சார்...என்று கேட்டு புதிதாய்த் தான் வளர்த்திருந்த வேப்பமரத்தடி நிழலைப் பிடித்த

அயர்ன்காரர் அந்தோணிசாமி...வாரம் தவறாமல் சாக்கடை தோண்டிவிட்டு காசுக்கு வந்து நிற்கும் பஞ்சாயத்துப் பேச்சி... இன்னும் எத்தனையெத்தனை பேர்...யாரை நினைப்பது...யாரை மறப்பது? என்னவோ ஒரு ஒட்டுதல்...எதனாலோ ஒரு பிடிப்பு... இனம் புரியவில்லைதான். ஆனாலும் மனதுக்கு எத்தனை சுகம்? உடம்புக்கு எவ்வளவு ஆரோக்யம்? பழகிய அந்த எளிய மக்களைப் பார்க்காததே பெரிய வியாதியாகிவிடும் போலிருக்கிறதே...!

ஒரிஜினல் உறவுகளெல்லாம் இருக்கிறோமா இல்லையா என்று சந்தேகப்படுவது போலல்லவா சத்தமின்றி இருக்கிறார்கள். எப்பொழுதும், ஏதாச்சும், கூட ரெண்டு வார்த்தை பேசி விட்டால் எங்கே ஒட்டிக் கொண்டு விடுவார்களோ என்று தந்தி வாக்கியமாய்ப் பேசுகிறார்கள். பொய்யாய்ச் சிரிக்கிறார்கள். ரொம்பவும் சுமுகமாய் இருப்பதுபோல் யதார்த்தம் பண்ணுகிறார்கள். அதிலெல்லாம் இப்போது பிடிப்பு இல்லை இவருக்கு. அவங்கவங்க அங்கங்கே இருந்துக்க வேண்டிதான்..அப்டி அப்டியே செத்துப் போய்க்க வேண்டிதான்...! யாரு யாரை நினைச்சு உருகப் போறாங்க...? எல்லாம் வெறும் மாயை...!

பிடித்த மனிதர்கள் அவர் வாழ்ந்த ஊரின், குடியிருக்கும் பகுதி மக்கள்தான். அதிலும் பலருக்கு அவரைத் தெரியாது. அவருக்கும் பலரைத் தெரியாதுதான். ஆனால் அன்றாடம் முகம் பார்க்கிறார்களே...! அது ஒன்று போதாதா? பார்த்துப் பார்த்துப் பழகினவர்களாகி விட்டார்களே...! ஒரு வார்த்தை பரஸ்பரம் பேசியதில்லைதான். பேசினால்தான் ஒட்டுதலா? பார்வையிலேயே எத்தனை நேசம் வழிகிறது அங்கே?

இல்லையென்றால் அன்று குடத்தோடு கீழே விழுந்தபோது, ஓடி வந்து தூக்குவார்களா? மனிதனின் இயல்பே உதவுவதுதான். அடிப்படையில் மனிதர்கள் நல்லவர்கள். சூழ்நிலைதான், வாழ்வியலின் கஷ்டங்கள்தான் அவர்களைத் திருப்பிப் போட்டு விடுகின்றன. ஆனாலும் விழுமியங்களாய் ஆழ் மனதில் படிந்து போன நன்னெறிகள் அவர்களை விட்டு என்றும் விலகுவதில்லை.

மாநகரத்தின் மெட்ரோ தண்ணீர் லாரிகள் அவரின் நினைவுக்கு வந்தன. எந்தச் சந்திலிருந்து எந்த பூதம் பாயும் என்பதாய் குறுகிய வீதிகளில் அதைப் பொருட்படுத்தாமல் கீங்...கீங்...கீங்....என்று காது கிழிய உறாரன் அடித்துக் கொண்டு, ஒதுங்க வில்லையென்றால் சமாதிதான் என்று அலறவிட்டபடி கிடுகிடுத்துக் கொண்டிருக்கின்றன அவைகள். அடுக்ககங்களின் தேவைகளை அவைதான் பூர்த்தி செய்து கொண்டிருக்கின்றன. அது சுத்தமான தண்ணீரா, சுத்திகரிக்கப்பட்டதுதானா என்பதையெல்லாம் பார்ப்பதற்கோ,

கேட்பதற்கோ அங்கே யாருக்கும் நேரமில்லை. கிடைத்தால் போதும். வந்து சேர்ந்தால் போதும் என்று சம்பைத் திறந்து வைத்துக் கொண்டு கையில் காசோடு காத்திருக்கிறார்கள் மக்கள். கிளம்பும் சர்க்கிளில் கூட்டம் கூட்டமாக லாரிகள். அடுத்து அடுத்து என பொத பொதவென்று லாரிக்குள் தண்ணீரை இறக்கி நிரப்பி, ஒரு பொட்டலம் குளோரின் பாக்கெட்டைத் தூக்கி வீசுகிறார்கள். வாயை இழுத்து மூடிக் கிளம்ப வேண்டியதுதான். நகரின் கேடுகெட்ட சாலைகளின் மேடு பள்ளங்களில் ஏறி இறங்கி உள்ளே வீசப்பட்ட அந்த ஒரு பாக்கெட் குளோரின் பவுடர் லாரித் தண்ணீரோடு கலந்து..கலங்கி.....அவ்வளவுதான் நீர்ச் சுத்திகரிப்பு முடிந்தது.

பார்த்துப் பழகி மனம் நொந்துதான் போனார் ஈஸ்வரன். வந்து ஐந்து வருடங்களுக்கு மேல் ஆகியும் அந்தப் பெரு நகரம் ஏனோ அவருக்கு ஒட்டவில்லை. ஒட்டவேயில்லை. வெளியே கோயில் குளம் என்று கிளம்பினால் டாக்சிக்குக் காசு கொடுத்து மாளவில்லை. அதென்னவோ அந்த நகரத்திற்கு வந்தபின்னால்தான் உறவுகளெல்லாமும் அங்கேதான் பல்வேறு இடங்களில் நிரந்தர வாசம் செய்கிறார்கள் என்பதே அவருக்குப் புலப்பட்டது. அநியாயத்திற்கு இப்படியா விசேடங்கள் வரும்? மாற்றி மாற்றி.... மாற்றி மாற்றி....கல்யாணம், காட்சி, வளைகாப்பு, ஜனனம், மரணம்....என்று எல்லாத்துக்கும் தகவல் வந்து கொண்டேயிருக்க.... போகாமல் முடியவில்லையே? மொய் எழுதியும், ஓலா உபருக்குக் கொடுத்துமே காசு பூராவும் கரைந்து போகும் போலிருக்கிறதே...! என்னடா இது அநியாயம்? ஓய்வூதியத்தில் ஒரு ஆயிரம் கூட நான் எனக்கென்று செலவு செய்து கொள்வதில்லையே? அத்தனையும் அநாமதேயமாய்ப் போய் கண்ணுக்குத் தெரியாமல் என்ன மாயா ஜாலம் இது?...! நல்ல கதையப்பா...நல்ல கதை...! வெறுத்தே போனார் ஈஸ்வரன்.....

சொர்க்கமே என்றாலும்......அது நம்மூரப் போல வருமா? அது எந்நாடு என்றாலும் நம் நாட்டுக்கீடாகுமா?

ஆள விடு..சாமி...! என்று சொல்லிக் கிளம்பியே வந்து விட்டார். தனியாப் போயி இருக்க முடியாதுப்பா....என்று பையன் சொல்ல.... என் மக்கள் முகங்களை அன்றாடம் பார்த்தாலே போதும். எனக்கு..... அதுவே பெரிய ஆரோக்கியமாக்கும்...என்று மறுத்து மாநகரத்துக்கு ஒரு முழுக்குப் போட்டு விட்டார். மனைவி ஸிந்துஜா பம்மியதை அவர் கவனிக்காமலில்லை. நீ இல்லேன்னா என்ன...என்னால வாழ முடியாதா? இருந்து காட்டறேன் பார்....என்று நினைத்துக் கொண்டார்.

நீயும் வர்றியா? என்று கூட ஒரு வார்த்தை அவளிடம் கேட்கவில்லை. கிட.....அவ்வளவுதான்...!. நான் தனியா இருந்தா

நிம்மதியாத்தான் இருப்பேன் என்று இவர் தனக்குத்தானே சொல்லிக் கொண்டார். இப்போது தேவை தனிமை. யாரும் குறுக்கிடாத தனிமை. அமைதி. நிச்சலனமான அமைதி. அது அவர் வாழ்ந்த அந்த வீட்டில்தான் கிடைக்கும். அது அவருக்கு ஒரு கோயில். அவர் தாய் தந்தையரோடு வாழ்ந்து கழித்த சொர்க்கம். அங்கே அவர் பிராணன் போனால்தான் நிம்மதி.

இதோ....அவருக்கென்று உள்ள சேடக் ஸ்கூட்டரில் இரண்டு கால்களுக்கு நடுவே அந்தத் தண்ணீர்க் கேன். வண்டியைக் கிளப்பி விட்டார் ஈஸ்வரன். இன்னும் அந்தப் பகுதியில் தண்ணீர் தந்து கொண்டுதான் இருக்கிறார்களா தெரியாது. குடம் ஒரு ரூபாய்தானா, அதுவும் தெரியாது. அந்த ட்ரை சைக்கிள்காரன் வந்து நின்றிருப்பானோ? அதுவும் தெரியாது. ஆனாலும் அந்த ஜனங்களைப் பார்த்தாக வேண்டும் அவருக்கு. அவர்கள் பேசும் பாஷையைக் காது குளிரக் கேட்டாக வேண்டும்.அதில் ரெண்டு கெட்ட வார்த்தைகள் தொற்றிக் கொண்டிருந்தாலும் பரவாயில்லை...! அவர்களின் அந்த வெள்ளை மனசு...அன்றாடப் பாடுகளில் உழன்றிடினும் அதனையே கருமமாய் ஏற்றுக் கொண்டு பயணப்படும் அவர்களின் வாழ்க்கை....கரித்துக் கொண்டும், கலகலப்பாயும் நகர்த்தும் அவர்களின் அன்றாடப் பொழுதுகள்....அவைதான் எத்தனை ரசனைக்குரியவை...எவ்வளவு மதிப்பிற்குரியவை...!!

அடடே...வாங்க சாமீ....என்னா ரொம்ப நாளா ஆளைக் காணலை.....- என்றவாறே ஒட்டு மொத்தக் குரலெடுத்து வரவேற்ற அவர்களின் அந்த அன்பில் திளைத்து கண்கள் கணத்தில் கலங்கிப் போக, வந்தாச்சு...வந்தாச்சு...இங்கயே வந்தாச்சாக்கும்...!".என்று சிறு குழந்தைபோல் உற்சாகமாய்க் கூறிக் கொண்டே வண்டியை ஓரமாய் நிறுத்தி விட்டு அவர்களை நோக்கி ஆதுரத்தோடு நகரலானார் ஈஸ்வரன். அவரின் அந்த நாள் இனிமையாய்த் தொடங்கியிருந்தது. கொண்டாங்க கேனை...முதல்ல பிடிங்க...என்றவாறே எட்டி வாங்கினது ஒரு பெண்.

மகளே....! என்று மனதுக்குள் ஈரம் கசிய அழைத்துக் கொண்டார் ஈஸ்வரன்.

ஜ௵

5. ஏணி

சிவராமனுக்கு மனம் குமுறிக் கொண்டிருந்தது. அவர் வார்த்தைகளை இங்கே யாரும் மதிப்பதில்லை. அவரது இருப்பை எவரும் உணர்வதில்லை. அவரவர் பாடு அவரவருக்கு என்று ஏதோ நடந்து கொண்டிருந்தது அந்த வீட்டில்.

நாற்காலிக்குக் கீழே தன் காலடியிலேயே கிடந்த அந்த சாம்பல் நிறப் பூனை கூட இன்று வெளியில் சென்று படுத்துக் கொள்கிறது. அங்கிருந்து எட்டிப் பார்த்துத் தலையைத் திருப்பிக் கொள்கிறது. மனதில் இருந்தது தேடும்போது கிடைக்கவில்லை.

வைத்த இடத்தில் வைத்த பொருள் இருந்தால்தானே? பூதமாய் இருக்கும் பெரிய பொருள் கூட குறிப்பிட்ட இடத்தில் இல்லாமல் போய்விடுகிறது. அதுவும் தான் தேடும்போது அது இருப்பதேயில்லை. அப்படி எங்குதான் போகுமோ? என்னதான் ஆகுமோ? உனக்குப் பிடித்த இடத்தில் நான் இருக்க மாட்டேன்....என் பயணம் தனி.....

மனதுக்குள் குமுறிக் குமுறி அழாத குறைதான். வாய் விட்டுக் கேட்க முடிவதில்லை. கேட்டால் ஒழுங்கான பதில் வருவதில்லை. தன் மதிப்பைத் தானே குறைத்துக் கொள்ள வேண்டுமா? என் மதிப்பு தன் மதிப்பு. அடுத்தவர் மதித்தால்தான் அது இருக்கிறது என்று அர்த்தமா? வெடித்தால் கோபம்தான் கொப்பளிக்கும். ஆனால் சிவராமனுக்கு இப்பொழுதெல்லாம் அழுகைதான் வந்தது. ஒன்றை நினைக்கும்முன்பே கண்கள் கலங்கி விடுகின்றன. சுய பச்சாதாபம். சொல்ல முடியாமை. சொன்னாலும் காது கொடுத்து வாங்கி, அதைச் செய்ய நேரமில்லை எவருக்கும். தன் கஷ்டம் யாருக்கும் புரிவதில்லை. தனக்குள் அழுது கொண்டிருக்கிறார் அவர். உடல் நலம் அவருக்கு ஒத்துழைக்கவில்லை. அதனால் அதைப் போட்டு வைத்திருக்கிறார்.

ஆனாலும் அவர் காரியங்களை இன்றுவரை அவரேதான் செய்து கொள்கிறார். மெத்தையைத் தூசி தட்டுவது, நாற்காலி, மேஜைகளைத் துடைப்பது, அலமாரியைச் சுத்தம் செய்து, வெளியே

எடுத்த புத்தகங்களைத் திரும்ப அடுக்குவது, அறையிலிருக்கும் ஆளுயரக் கண்ணாடியை அழுக்குப் போக விபூதி போட்டுத் துடைப்பது என்று. வேலைக்காரப் பெண் தரையைக் கூட்டுவது அவருக்குப் போதவில்லை. அது கூட்டி முடித்துப் போனபின்புதான் அங்கங்கே தலைமுடி சுற்றிச் சுற்றிப் பின்னிக்கொண்டு தரையில் வட்டமிடுகிறது. எடுத்துப் போட்டு மாளவில்லை. அதை அதனிடம் சொல்லவே தயக்கம் இவருக்கு. அது ஏதாச்சும் எடக்கு மடக்காகப் பதில் சொல்லி வைக்கப் போக...ஏண்டா கேட்டோம் என்று துக்கப்படவா? மற்ற அறைகளின் முடிக்கற்றைகளெல்லாம் தன் அறைக்கு வந்து விடுகிறதோ என்று தோன்றியது இவருக்கு. வரத்தான் செய்கிறது. சந்தேகமில்லை.

நேர் எதிர் பால்கனி ஜன்னல். ஆளுயரத்திற்கு மூன்று பகுதிகளாகப் பிரிக்கப்பட்டு, திறந்து கிடக்கிறது. அது வழியாகக் காற்று பிய்த்துக் கொண்டு அடிக்கிறது. வெள்ளம் ஓரிடத்தில் கசடுகளைச் சேர்ப்பதுபோல் தன் அறைக்குள் வந்தடைகிறது படையும். வீட்டுக்குள் வைத்து தலை வாராதீர்கள் என்று சொன்னால் யாரேனும் காதில் வாங்கினால்தானே? அப்படியே தலை கோதினாலும் முடியை விரலில் சுற்றி எடுத்து முடிச்சிட்டுக் கொண்டு குப்பையில் போட வேண்டாமா? இதென்ன வீடா அல்லது பார்பர் ஷாப்பா? அங்கே கூட ஒராள் எழுந்ததும் கூட்டி மூலையில் ஒதுக்கி விடுகிறானே? அது தொழில் நியாயம் என்றால் இங்கே வீட்டு நியாயம் ஏன் இப்படிக் கிடந்து சீரழிகிறது? பொறுமிப் பொறுமி என்ன பயன்? சுத்தம் சோறு போடும் என்றால் அப்ப வேலைக்குப் போக வேணாமா? என்று கிண்டலாய்க் கேட்கிறான் மகன்?

அது கிடக்கட்டும்...எது எப்படியிருந்தென்ன? இந்தப் பாழாய்ப்போன ஃபேனை மட்டும் துடைத்துச் சுத்தமாக்குவதற்கு இன்னும் வேளை வரவில்லையே? ஒட்டடைக் குச்சி கொண்டு சுவற்றில், உத்தரத்தில் படிந்திருக்கும் ஒட்டடைகளை, தூசிகளைக் கூட வாயில் துணியைக் கட்டிக் கொண்டு அகற்றி விடுகிறார்தான். இந்த சீலிங் ஃபேனைத் துடைக்க மட்டும் இன்றுவரை வாய்க்கவில்லை. என்னவோ ஒரு மனத் தயக்கம்.

நடு அறையில் ஸ்டூல் போட்டு ஏறி நின்று பண்ணி விடுவோம் என்றால் மனதின் மூலையில் சிறு பயம். ஸ்டூலில் ஏறி நின்றாலும், கையை உயர்த்தித்தான் ஃபேனின் காற்றாடிகளைத் துடைத்தாக வேண்டும். கையை உயர்த்தும்போது தலையையும் உயர்த்தியாக வேண்டியிருக்கிறது. அப்போதுதான் அந்த விபரீதம் நடக்கிறது. தலை ஏன் அப்படி சுற்றுவது போல் பிரமை ஏற்படுகிறது? கண்கள் ஏன் மேல் நோக்கிச் செருகுகின்றன? எட்டி, இறுக்கிப்

பிடிக்க சுவர் இருக்கிறது என்றால் அது ஃப்ளாட்டாகவல்லவா நின்று கொண்டிருக்கிறது? அங்கே ஒரு பிடியில்லையே? கையை வைக்கலாமேயொழிய பிடி கிடைக்காதே? அப்படியிருக்கையில் தலைகிறுக்கிக் கீழே விழுந்து வைத்தால்? ..

முடிந்தது கதை. பிறகு நொண்டிக் கழுதைதான். அந்தச் சிரமத்தை யாருக்கும் வைக்கக் கூடாது. தனக்கும் கஷ்டம். மற்றவர்களுக்கும் சிரமம்...உபத்திரவம்...வேதனை. ஆக அது சாத்தியமில்லை.

இப்படி சாத்தியமில்லை...சாத்தியமில்லை என்றே நாளும் பொழுதும் ஓடி விட்டது, ஃபேனும் பிசினாய் மசி போல் ஒட்டிக் கொண்டு அழுக்கு அடைந்து கிடக்கிறது. அடைந்திருக்கும் அழுக்கே அதன் வேகத்தைக் குறைக்கிறதோ என்கிற அளவுக்கு சந்தேகமும் வந்துவிட்டது. அதன் நிறமே மாறி விட்டது. அறைக்கதவை அடைத்தால் ஒரு மாதிரி வாடை வருகிறது. அது அந்த அடைஅழுக்கு நாற்றம்தானோ? ஏதேனும் பல்லி கில்லி மேல் தட்டில் செத்து விழுந்து ஒட்டிக் கொண்டிருக்குமோ? என்ன கண்றாவி இது! சமீபத்தில் கீச்...கீச்...கீச்...என்ற சத்தம் வேறு கேட்க ஆரம்பித்திருக்கிறது. எண்ணெய் போட வேண்டும். சத்தம் நிற்கும். அது சுத்தம் பண்ணி பிறகு செய்ய வேண்டியது.

பாதுகாப்பாய் முதலில் நம்மை நிறுத்திக் கொண்டு அந்த வேலையைச் செய்தாக வேண்டும். தான் செய்தால்தான் உண்டு. நிச்சயம் வேறு யாரும் அதைச் செய்துவிடப் போவதில்லை. மகனோ, மருமகளோ, மனைவியோ யாரும் எதையும் கண்டுகொள்ளப் போவதில்லை. அவர்கள் அறையில் உள்ளவைகளைச் சுத்தமாய் வைத்துக் கொள்ளவே அவர்களுக்குத் துப்பில்லையே? அதற்கே அவர்களுக்கு நேரம் போதவில்லை. இதில் தன்னை எங்கே கவனிக்க?

அதென்ன வீடாகவா கிடக்கிறது? எத்தனை சதுர அடிக்கு வீடு வாங்கி என்ன புண்ணியம்? கண்ட கண்டதையெல்லாம் வாங்கிக் குவித்தால் அது பங்களாவாய் இருந்தாலும் பத்தாதுதான். முதலில் அவர்கள் அறையை நிரப்பி, பிறகு சும்மாக்கிடந்த இன்னொரு அறையையும் அடைத்து (த்ரீ பெட் ரூம் ஃப்ளாட்) இப்போது உறாலும் நிரம்பி வழிகிறது. கலை எழில் மிளிர வீட்டை அழகு படுத்துகிறார்களாம்...! அவர்கள் செய்தது அவர்களுக்கே இப்போது வினையாய்! வாங்கின பொருளெல்லாம் குவிந்து கிடக்க, தொடர்ந்து வைத்திருப்பதா, தூக்கி எறிவதா?

தூக்கி எறிஞ்சிடலாம்...தூக்கி எறிஞ்சிடலாம்...இவர் மனையாள் வாசுகிதான் சொல்வாள் இதை. நீ அடிக்கடி இதைச் சொல்றதப் பார்த்தா ஒரு நாள் என்னையும் உங்களை அறியாமத் தூக்கி

எறிஞ்சிடுவேள் போல்ருக்கே...மனுஷன் உபயோகமில்லேன்னா அவ்வளவுதானா? தூங்கிறபோது மாடிலேர்ந்து கீழே போட்ருவேளோ?

இவர் பேச்சு அவர்களுக்குப் பிடிக்காதுதான். ஆனாலும் தோன்றுவதைச் சொன்னால்தான் மனசு ஆறுதல்படுகிறது. நினைக்கிறதைப் பேசக் கூட எனக்கு உரிமையில்லையா? வாயுமா அடைபட்டுப் போகணும்? ஏதோவொரு வித்தில் அந்தப் பேச்சு தன்னை சுட்டுகிறதுதானே?

தூசியெல்லாம் அடிக்க முடியாது....ஆளக் கூப்பிட வேண்டிதான்....

அதானே பார்த்தேன்...எங்க களத்துல இறங்கிடப் போறாங்களோன்னு...?

காச விட்டெறிஞ்சா ஆச்சு....செய்திட்டுப் போறான்..... கூப்பிட்டுவிட்டா செய்றதுக்கு வரிசைல நிக்கறது ஆட்கள்...!

வார்த்தைகளைக் கேட்டீர்களா? எப்டீ.?...விட்டெறிஞ்சா.!...- என்ன திமிர் பாருங்க...? சம்பாதிக்கிற காசுக்கான மரியாதையைக் கேளுங்க? இவனுங்களுக்கெல்லாம் இப்டி இஷ்டத்துக்குச் சம்பளம் கொடுக்கிறதே தப்புங்கிறேன்....கஷ்டப்பட்டு பணம் சம்பாதிச்சாத்தான் அதோட அருமை தெரியும்ங்கிறேன்....அந்தக் காலத்துல நாலு காசு பார்க்க என்ன பாடு பட்டிருக்கு? என்ன உழைப்பு உழைச்சிருக்கு? இவ்வளவுதானா கூலின்னுல்ல இருந்திருக்கோம்? அந்த அருமை தெரியுமா இவங்களுக்கு? அதையே குருவி சேர்க்கிறமாதிரி பார்த்துப் பார்த்து சேர்த்ததுனாலதான இன்னைக்கு இவனுங்க இந்தப் பேச்சு பேச முடியுது? அதை எவனாவது உணருவானா? வெட்டிப் பசங்க....

தெனம் ஏழெட்டு மணி நேரம் வேலை செய்துதாம்ப்பா இந்தக் காசைச் சம்பாதிக்கிறோம்...சும்மா ஒண்ணும் வந்திடலை.....

அப்போ? சிக்கனமா செலவு செய்யணும், சிறுகச் சிறுகச் சேமிக்கணும்....(இவங்க வாங்குற சம்பளத்துக்கு பெருகப் பெருகச் சேமிக்கலாம்தான்) ங்கிற எண்ணமே இருக்கிற மாதிரித் தெரிலயே... சேவிங்க்ஸ் பாங்குல பணத்தைத் தூங்க வச்சு என்னடா புண்ணியம்? எவனாவது சைபர் க்ரைம் திருடன் சுருட்டிட்டுப் போகவா? அப்பப்ப எடுத்து எஃப்.டி.ல போடுங்க....அப்பத்தான பாதுகாப்பு...? எத்தனவாட்டிடா சொல்றது உங்களுக்கு...? ஆபீஸ் வேலையத் தவிர வேறே எதுவுமே செய்ய மாட்டீங்களா? திங்க, தூங்க, பேள... இதானா தினசரித் தியானம்?

மத்த எல்லாத்துக்கும் உங்களுக்கு ஆள் வேணுமா? சுயமா செயல்பட மாட்டீங்களா? ஆபீஸ் போக வேண்டிது...சனி...

ஞாயிறானா வெளில ஊர் சுத்திட்டு ஓட்டல்ல கண்டதைத் தின்னுட்டு வீட்டுல வந்து விழ வேண்டிது....அன்றாடம் கை வௌங்கி சமைக்கவே துப்பில்லையேடா உங்களுக்கு? அதையும் வெளிலல்ல வாங்கித் தொலையுறீங்க? எவனோ, என்னைக்கோ பண்ணினதை ஃப்ரெஷ் டுடேன்னு உங்ககிட்ட வந்து கதவத் தட்டி நீட்டறான். ஈஈன்னு இளிச்சிண்டு மதிப்பா வாங்கி முழுங்கிறீங்க... அவன் என்னவோ ஓசில கொடுத்த மாதிரி....உங்களையெல்லாம் திருத்தவே முடியாதுடா...!.

எனக்காக இதச் செய்யுங்கோன்னு உங்ககிட்டயெல்லாம் ஒண்ணு சொல்றதுக்கே எனக்குக் கூச்சமா இருக்கு....இந்த வயசுல என் வேலையை நான் பார்த்துண்டாலே ரொம்ப மதிப்பாக்கும்னு நினைக்க வேண்டிர்க்கு...ஏன்னா...நான் ஒண்ணு சொன்னா எனக்கு அதை உடனே செய்யணும்...அது உங்ககிட்டே இல்லையா? பத்துத்தரமில்ல சொல்ல வேண்டிர்க்கு.....

என்னென்னவோ நினைத்துக் கொண்டார். இன்று எப்படியும் அந்த ஃபேனைத் துடைத்து சுத்தம் செய்து விடுவது என்று முடிவு செய்து கொண்டார். வீட்டில் மொத்தம் ஆறு ஃபேன்கள் ஓடுகின்றன. அதில் ஒன்று 24 x 7. அதை அவர் அப்படித்தான் சொல்கிறார். கேட்டால் சிரித்துக் கொள்கிறார்களே தவிர தாக்கம் உணரப்படுவதில்லை.

ஆள் இல்லாத எடத்துல எதுக்கு வேஸ்ட்டா ஃபேன் ஓடுது?

ஒண்ணுக்குப் போகப் போனேன். அதான் உடனே வந்திடுவனே... அதுக்குள்ள ஒரு தரம் அணைச்சுப் போடணுமா? - மனையாளே இப்படிச் சொன்னால்? மூத்த தலைமுறை என்று பெயர். அவளுக்கே நம் சுட்டிக் காட்டல் எரிச்சல் படுத்துகிறது. பிறகு மற்றவர்களைச் சொல்லி என்ன பயன்? நாம் வழிகாட்டியாய் இருக்க வேண்டாமா? ஒரு இடத்தை விட்டுக் கடக்கும்போது அங்கு ஓடும் ஃபேனை அணைக்க வேண்டும் என்பதை ஒருவர் சொல்லியா தெரிய வேண்டும்? சொல்பவன்தான் பகையாளி. நல்லது செய்தால் மதிப்பில்லை இந்நாளில்...! எத்தனை முறைதான் எழுந்து போய் அணைப்பது? அதுக்குள்ளயும் அணைச்சாச்சா? தரித்திரம்...! இந்த வார்த்தை அந்த செயலுக்கா அல்லது எனக்கா?

ச்சே...!.. இந்தப் பெரிசு தொல்லை தாங்க முடிலப்பா...!.. பேசாம இடம் மாத்திர வேண்டிதான்.....- கேட்டுக் கொண்டுதான் இருக்கிறாள் என்னவளும்...! எனக்குக் காதில் விழாது என்ற நினைப்பு.! நல்ல பசங்கதான் ஆனாலும் சமயத்துல இப்படியும் முனங்குறாங்களே?அவ என்ன பெரிசில்லையா? சிறிசா? ஒருவேளை

நச்சு நச்சென்கிறவர்கள்தான் பெரிசோ? சோறு கிடைத்தால் போதும் என்று வாய் மூடிக் கொத்தடிமையாய்க் கிடக்கிறவர்கள் வீட்டுக் காவல் நாய் போலும்...! நீ அந்த வகைதான்...மனுஷன்னா கொஞ்சமேனும் சுரணை வேணும். நாம வளர்த்த பிள்ளைகள் விட்டேத்தியா இருந்தா....பரவால்லன்னு விடுவியா? அதைக் கண்டிக்க வேண்டாமா? நல்லதை எடுத்துச் சொல்ல வேண்டாமா? நாம சொல்லாம வேறே யார் சொல்லுவா? ரோட்டுல போறவனா வந்து சொல்லுவான்?

அவள் என்றோ மஷணை ஆகிவிட்டாள். பிள்ளைப் பாசம் கண்ணை மறைக்கிறது. கிருஷ்ணா ராமா....கிருஷ்ணா ராமா......!

போகட்டும்...இன்று துவங்கிய வேலையை முடிக்கப் பார்ப்போம்.

ஏற்றி விட்ட ஏணி தட்டுத் தடுமாறி எழுந்து நின்றது.

ஏணி என்ற அந்தச் சொல் எதையோ உணர்த்தியது இவருக்கு. ஊறுகாய், ஊறுகின்ற காய், ஊறிய காய்...வினைத்தொகை. ஏணி... ஏற உதவும் ஏணி, ஏற்றி விட்ட ஏணி....! – தனக்குத்தானே உள்ளூரச் சிரித்துக் கொண்டார்.

நாலு எட்டு வைப்பதற்குள் எட்டி கதவு நிலையைப் பிடித்துக் கொண்டது. கதவுக்கு வெளியே அந்த ஃப்ரிட்ஜ்ஜின் பின்னால் சுவற்றில் சாத்தி வைத்திருந்த அலுமினிய ஏணி எங்கே? கொண்டு வந்து சாத்தி நிறுத்திய பிறகு இவர்களுக்கு அது பயன்பட்டதா ஒரு நாளாவது? அந்த அபார்ட்மென்டுக்குப் பயன்படட்டும் என்றே வாங்கியிருப்பார்களோ? ரொம்ப தாராளம்தான்...!

அது கீழ போயிருக்குப்பா...... - ரமணனின் பதில். வாசுகி பிள்ளையை நோக்கினாள்....அவன் உதட்டில் விரல் வைத்தான்.

அதுவா நடந்து போயிடுச்சோ....? எப்ப மேல வரும்? கேட்கத் தோன்றியது இவருக்கு. அது அவனுக்கே தெரியாது..

இப்ப எதுக்கு அதைத் தேடிண்டு? எப்டிப் போச்சோ அப்டியே திரும்ப வரும். தேமேன்னு உட்காருங்கோ....

ரூபாய் மூவாயிரம் கொடுத்து ஏணி வாங்கிய பின்பாவது வேலை நடைபெறும் என்று பார்த்தால் பிறகும் வேலையாள் வந்துதான் அதைச் செய்தாக வேண்டும். இவர்களே செய்வதாய் இல்லை. உடம்பு வணங்காது. அதாவது வேலையாளுக்கு வசதி செய்து கொடுக்கிறார்கள். தாங்கித் தடுக்கிடுகிறார்கள். அது கிடக்கட்டும். வாங்கிய பலனுக்கு முதலில் நம் வீட்டு வேலைகளை முழுவதுமாய் முடித்துக் கொண்டு பிறகு இரவல் கொடுக்கக் கூடாதா?

பாத்திரம் தேய்த்துக் கூட்டும் வேலைக்காரம்மாதான் அதையும் செய்தது. தினமும் ரெண்டு ஃபேன் என்று துடைக்க ஆரம்பித்து நாலு ஃபேன் துடைத்து முடிப்பதற்குள் அதற்கு உடம்புக்கு முடியாமல் ஆகிப் போனது. நமக்கு ஒட்டடையும் தூசியும் ஆகாதென்றால் அதற்கு மட்டும் ஒத்துக்குமா? அதுவும் மனித ஜீவன்தானே?இந்தச் சாக்கில் லீவு போடாவிட்டால் பிறகு எப்பதான் போடுவதாம்?

ஒரு வாரம் ஆச்சே...அந்தம்மா வரக் காணலை....சம்பளம் குறைப்பேளா மாட்டேளா...? குறுகுறுத்த மனதுக்கு ஒத்தடமாய் இதைக் கேட்டு வைத்தார் சிவராமன்.

சம்பளம் குறைக்கிறதாவது? அதல்லாம் அந்தக் காலம்...! பண்ணினா வேலையை விட்டு நின்னுடுவா....இன்னிக்கு அவாளுக்குத்தான் கிராக்கி...மேன்யூவல் லேபருக்குத்தான் இன்னைக்கு மதிப்பு...! இந்த ஏரியாவுல அங்கங்கே பொழுது விடிஞ்ச ஜோர்ல மொபெட்டும், சன்னியுமா குறுக்கும் நெடுக்கும் பறக்கிறதே...அதெல்லாம் யாருன்னு நினைச்சேள்...எல்லாம் இவாதான். ஒவ்வொருத்தர் கைலயும் பத்துப் பதினைஞ்சு வீடாக்கும். மாசம் இருபதாயிரம் சம்பாதிக்கிறா. நடந்து போய் ஆகாது. சர்ரு...சர்ருன்னு பறந்துண்டிருக்கா..நிக்க நேரமில்லை அவாளுக்கு..நீங்க புதுசா எந்த வேலை சொன்னாலும் அதுக்குத் தனிக் காசு....அதுவும் சொன்ன நாள்ல நடக்காது. அவாளுக்கு ஒழியறபோது வந்து செய்து கொடுத்திட்டுப் போவா.... கருணை வைக்கணும்....!

நின்று போனது அந்தப் பணி. அடுப்படியும், இவர் அறையும்தான் மிச்சம்.. கண்டு கொள்ளவேயில்லையே யாரும்? மறந்தே போயாச்சு போலிருக்கு...

படியிறங்கிக் கொண்டிருந்தார் சிவராமன். மொத்தம் ரெண்டு மாடிதான். கீழே கார் பார்க்கிங். அவர் எப்பொழுதும் லிஃப்ட்டைப் பயன்படுத்துவதில்லை. பயம். ஒரு முறை அதில் ஆசையாய் நுழையப் போக அன்று பார்த்துக் கரன்ட் போனது. சின்ன விஷயத்துக்குக் கூட மனுஷனுக்கு யோகம் இ.ருந்தாத்தான் நடக்கும். கிரகம். உள்ளே வகையாய் மாட்டிக் கொண்டார். லைட் இல்லை. இருக்கும் குருட்டு வெளிச்சத்தில், பதற்றத்தில், என்னென்னவோ பட்டனை அமுக்கி அமுக்கிப் பதறிப் போனார். வியர்த்து வடிந்து விட்டது நிமிஷத்தில். வெளியே யாருக்கும் காதில் விழுந்ததாகவே தெரியவில்லை. எமர்ஜென்ஸி பெல் வீச்சு வீச்சென்று அடித்துக் கலக்கியும், யாரும் அதை நுணுகிக் காதில் வாங்கியதாகவே தெரியவில்லை. அதான் ஒவ்வொரு வீட்டிலும் அணைக்காத டி.வி. சதா சர்வகாலமும் காது கிழிய அலறிக்கொண்டேயிருக்கிறதே...! அதை மீறி யாருக்குத்தான் காதில் விழும்?

உள் கதவு வெளிக் கதவு என்று சாத்தியிருந்த நடு இடுக்கு வழியே தெரிந்த கோடு போன்ற இடைவெளியில் சற்றே காற்று வர அதனருகில் மூக்கை வைத்து கஷ்டப்பட்டு மூச்சை இழுத்துக் கொண்டார். சாதாரணமாய் இருந்திருந்தால் கூடச் சமாளித்திருக்கலாம். மனதில் தோன்றிய பயம்...மூச்சே நின்று விடும்போல் உணர வைத்து நெஞ்சு படபடத்து மரண பயம் வந்து விட்டது. கீழே போனாரே மனுஷன்...என்னஆனார்? யாருக்கேனும் பிரக்ஞை வேண்டுமே? ஊறீம்....தன்னைப்பற்றிய எண்ணமேயில்லையே எவருக்கும்? யார் செய்த புண்ணியமோ... கீழ் வீட்டுப் பையன் பார்த்துவிட, எமர்ஜென்ஸி கீயைக் கொண்டு வந்து கதவைத் திறக்க, இரண்டடி பள்ளத்தில் இருந்தார் இவர்.

அப்டியே இருங்க அங்கிள்...பயப்படாதீங்க...நா தூக்கிடறேன்... என்றவாறே கட்கத்தில் கையைக் கொடுத்து ஒரு இழு இழுத்தானே பார்க்கலாம். நா என்ன இளந்தாரியா...இந்த வேகத்துல இழுக்கிறான்? மடப்பய.மவன் ...பார்த்துத் தூக்க வேண்டாம்...? - நினைத்துக் கொண்டாரேயொழிய சொல்ல முடியுமா? பாழாய்ப் போன கரன்ட் அன்று மாலை வரை வரவேயில்லையே? காலில் முட்டிக்குக் கீழே சிராய்ப்புகள். யாருக்கும் தெரியாமல் தேங்காய் எண்ணெயைத் தடவி விட்டுக் கொண்டார் சிவராமன். கட்கத்தில் கை வைத்துத் தூக்கினானே...அங்கே ஷேவ் பண்ணி வருஷமாச்சே...! என்ன நினைத்துக் கொண்டானோ? கருமாந்திரம்....!

லிஃப்ட்டுக்கு பேட்டரி போடுங்கோ...போடுங்கோன்னு ஆயிரம் தடவை சொல்லியாச்சு...யாரும் ஒத்துக்கலை...கரன்ட் எப்பயாச்சும்தானே போறது...எதுக்கு பேட்டரிங்கிறா? எட்டு வீட்டுல இருக்கிறவங்ககிட்டே ஒத்துமையில்லை.... தன் பேச்சு எடுபடாது என்று தெரியும்தான். போதாக்குறைக்கு பக்கத்து அபார்ட்மென்ட்களில் பேட்டரிகள் திருடு போய்விட்டன என்று வேறு தகவல் வர அந்தப் பேச்சு அத்தோடு சமாதியாகிப் போனது.

எப்பொழுதாவது கீழே போக நேரும்போது படிகளையே பயன்படுத்தினார் சிவராமன். காலுக்கும், கால் முட்டிகளுக்கும் கொஞ்சமாவது இயக்கம் இருக்கட்டும் என்று அதைச்செய்தார். இப்பொழுது முதல் மாடிக்கு வந்து விட்டார். நாலு வீடுகள் எதிர் எதிராக. ஒவ்வொருவராகக் கதவைத் தட்டினார். இல்லை இல்லை என்றார்கள். நீங்க ஏன் வந்தீங்க தாத்தா என்றது பேத்தி போல் இருந்த ஒரு குட்டிப் பெண். நாலு வீட்டிலும் இல்லையென்றால் பிறகு எங்கேதான் போயிற்று? ஒருவேளை மேலேயுள்ள மற்ற மூன்று வீடுகளிலும் கேட்டுவிட்டுப் படியிறங்கியிருக்க வேண்டுமோ? அதிலும் ஒரு வீடு பூட்டியல்லவோ கிடக்கிறது. மீதி இரண்டு.

அவர்கள் யாரும் வாங்கியிருக்க வாய்ப்பில்லை. புதிய வீட்டிற்கு இப்பொழுதுதான் புதிதாய் வந்தவர்கள்.

இதென்னடா வம்பாப் போச்சு...? மூவாயிரம் போட்டு வாங்கின அலுமினிய ஏணியை எங்க போச்சுன்னு தெரியாம, தனக்கும் பயன்படாம, அதுபத்தின நினைப்பே இல்லாம இப்டி இருக்காங்களே? எங்ககிட்ட இல்லையேன்னு வேணுமின்னே சொன்னா? யாருக்குத் தெரியும்? நாமளே சிரமப்பட்டுச் செய்திடுவோம்னு முனைஞ்சாலும் காரியம் ஆக மாட்டேங்குதே? இதென்ன கஷ்டகாலம்....?

மனம் நொந்தவராய் வந்ததுதான் வந்தோம்...கீழே கார் பார்க்கிங்கில் சற்று உலாவுவோம்...அது எப்படித்தான் இருக்கிறது என்று முழுசாகக் கொஞ்சம் அளப்போமே...என்று பதவாகமாய் தரைத் தளத்தை நோக்கிக் கீழே இறங்கினார்..

ஈரம் பாலித்திருந்தது கார் பார்க்கிங் ஏரியா. அடிக்கும் நெருப்பு வெயிலுக்கு அஞ்சாமல் படிந்திருக்கும் பசுமையான சொத சொத ஈரம். சாலையில் நாலடி தோண்டினால் தாங்க முடியாத உப்புத் தண்ணீர். வற்றாத, எந்தக் கோடையினாலும் வற்ற வைக்க முடியாத சதுப்பு நிலக் கசடுகளடர்ந்த பிசின் ஈரம் பாலித்த இடம். அந்தப் பகுதியின் பல இடங்களில் குளங்களாயத் தேங்கி நிற்கும் அடர்த்தியான நீர்த்தடங்கள். கொழ கொழவென்று மிதக்கும் துர்நாற்றப் பாசி படர்ந்த பச்சைத் தண்ணீர். என்னென்னவோ செத்து வேறு மிதக்கிறது. மூக்கைப் பிடித்துக் கொண்டுதான் நகர்ந்தாக வேண்டும். அவ்வளவு கம கம மணம்.

செப்டிக் டாங்க் நிரம்பி வெளியே கசடு கசிந்து கொண்டிருந்தது. வாடை ஆளைத் தூக்கியது. கார்ப்பரேஷன்காரன் கண்ணில் படாமல் இருக்க வேண்டும். அதற்குள் க்ளீன் பண்ணியாக வேண்டும். மாதாமாதம் உண்டாகும் அதற்கான செலவு. காற்றின் போக்கில் அடிக்கும் நாற்றத்தில் துண்டால் வாயையும் மூக்கையும் இறுக்கப் பொத்திக் கொண்டார் சிவராமன்.

கண்ணில் பட்டது அந்தக் காலி அறை. செக்யூரிட்டி கிடையாது. ரூம் மட்டும் இருக்கிறது. இன்னும் சில்லரை வேலைகள் பாக்கியிருக்கிறதே...! வெறுமே கதவைச் சாத்தி வைத்திருக்கும் அதற்குள் மெல்லத் திறந்து எட்டிப் பார்த்தார். .

அட....ஏணி இங்கிருக்குதே...!? கண்ணைக் கசக்கி விட்டுக் கொண்டார். பார்வை என்ன இத்தனை மங்கிக் கிடக்கிறது? மூக்குக் கண்ணாடி இல்லாமயே வந்தாச்சா? அட ராமா...! ரொம்பத் தப்பாச்சே...! சரியாப் போச்சு....அநாதை மாதிரில்ல கிடக்கு? எவனாச்சும் லவுட்டிட்டுப் போயிட்டா? கேட்க

நாதியில்லையே...? நல்லவேளை...என் கண்ணுல பட்டது..... பொழைச்சிது.....! அத்தனையையும் அவரே சொல்லிக் கொண்டு இரு கைகளாலும் அணைத்துத் தூக்கினார். நாலே நாலு படிகளானாலும் இணைத்திருக்கும் ஸ்டான்டோடு சேர்த்து கனக்கத்தான் செய்கிறது. அலுமினிய ஏணி இத்தனை கனமா? இதத் தூக்கிட்டு எவன் இரண்டு மாடி ஏறுவது? நினைத்த கணத்தில் லிஃப்டில் நுழைந்தார். கதவைச் சாத்தி பட்டனைத் தட்டினார்.

இன்னைக்கு எப்டியும் வேலையை முடிச்சிப்புடணும்....இதுக்கு மேலே தாமதப்படுத்தக் கூடாது. திடீரென்று ஒரு வேகம் வந்தது. அந்த ஃபேன் அழுக்குக்கே திரும்பக் கொரோனா வந்தாலும் போச்சு....! - சொல்லிக் கொண்டே லிஃப்ட்டிலிருந்து வெளியே வந்து ஏணியைத் தூக்கிக் கொண்டு சரசரவென வீட்டிற்குள் நுழைந்தார்.

அறைக்குள் கொண்டு வைத்ததுதான் தாமதம். அந்தச் சத்தம் கேட்டு ஓடி வந்த வாசுகி....இதெங்கிருந்து கிடைச்சது உங்களுக்கு? நீங்க பாட்டுக்குத் தூக்கிண்டு வந்திருக்கேள்? என்றாள் படபடத்தவாறே.

என்னடீ சொல்றே? கீழே செக்யூரிட்டி ரூம்ல அநாதையாக் கெடக்குடீ இந்த ஏணி...!...ரூமே வெறுமேத்தான் சாத்தி வச்சிருக்கு. பூட்டலை... எவனாச்சும் திருடிண்டு போனான்னா? அதுக்கு ஒரு பூட்டுப் போட நாதியில்லையா இங்கே?

ஐயோ ராமா....உங்களுக்கென்னத்துக்கு இந்த வேலை? இந்த ஏணி நம்மளுது இல்லை. அழுக்கும் பிசுக்குமா..அரதப் பழசா.... யாரோடதோ? பார்த்தாலே தெரில...? கர்மம்...கர்மம்...இப்டியா. நெஞ்சுல அணைச்சிண்டு செல்லமாத் தூக்கிண்டு வரணும்....! கிரஉறச்சாரம்...முதல்ல ஒரு குளியலைப் போடுங்கோ...ஏதேனும் வியாதி தொத்திக்கப் போறது. கொரோனாக் காலம் இன்னும் முழுசா தீரலையாக்கும்...! நீங்கதான் ஜாக்கிரதையா இருக்கணும்.... ஞாபகமிருக்கட்டும்....

நான்தான் பூஸ்டரே போட்டாச்சே...என்னை இனிமே எதுவும் அண்டாது...என்ன சொன்னே? நம்மளோடது இல்லையா? பின்ன யாரோடது....? அப்போ நம்மது என்னாச்சு...ஏற்கனவே காணாமப் போயிடுத்தா...?

ஆமா..கண் .காணாமப் போயிடுத்து...சொத்தை அள்ளிண்டு போயிடுத்து...இந்த வாய்க்கு ஒண்ணும் குறைச்சலில்லே...?. எதுத்த வீடு பூட்டிக் கெடக்கே...அங்கே மாட்டிண்டிருக்கு நம்ம ஏணி.... சொல்லாமக் கொள்ளாம அவா ஊருக்குப் போயிட்டா...அவாளும் .மறந்து போயிட்டா..நமக்கும் ஞாபகமில்லே.....வந்தாத்தான் ஆச்சு....

இதைச் சொல்ல வேண்டாம்னு பார்த்தேன்...சொல்ல வச்சுட்டேள்... அவா திரும்ப வந்துதான் ஆகணும்...போறுமா?

அந்தப் போறுமா? என்ற சொல்லைக் கேட்க காது இல்லை சிவராமனுக்கு. அதற்குள் தூக்கி வந்த ஏணியின் மறுபக்க ஸ்டான்ட் கழன்று இரண்டாய்ப் பிரிந்து ஒன்று அவர் மேலேயும் இன்னொன்று தரையிலும் எனத் தடாலென்ற பெருத்த சத்தத்தோடு சரிய, ஐயையோ..என்னாச்சு....என்னாச்சுப்பா....? என்ற பதற்றத்தோடு மடியில் வைத்திருந்த கணினியைத் தலையணையில் தூக்கிப் போட்டுவிட்டு விழுந்தடித்து ஓடி வந்தான் பையன் ரமணன்.

இந்த மனுஷனால என்னெல்லாம் பாடு? என்று பல்லைக் கடித்துக் கொண்டே தன் பங்குக்குப் பதறியவளாய் செய்வதறியாது பிரமித்து நின்றாள் வாசுகி.

6. நெருநல் உளனொருவன்

பிரகதீஸ்வரன் இறந்து விட்டதாக அவர் பையன் சொல்லிப் போனான்.எப்போ? என்று கேட்கும் முன் நகர்ந்து விட்டான். எப்பொழுதுமே ஓரிரு வார்த்தைகள் பேசக் கூடியவன்தான். அதையும் தலையைக் குனிந்து கொண்டு மெல்லிய குரலில்தான் வெளிப்படுத்துவான். என்ன? என்று நாம் திரும்பக் கேட்க வேண்டி வரும். அது போலேவேதான் இப்போதும். தோன்றுவதும் மறைவதும்...!

நேற்றுக் கூட இந்த வாசல் வழியாகப் போனார் அவர். யாரிடமேனும் காசு கேட்கப் போய்க் கொண்டிருப்பார். அவரின் செயல் அதுவாகத்தான் இருக்கும் என்று என்னால் உறுதியாகச் சொல்ல முடியும்.சில்லரை சில்லரையாக நானும் அவருக்கு எவ்வளவோ கொடுத்திருக்கிறேன். கணக்கு வைத்துக் கொண்டதில்லை. காரணம் திரும்பி வராது என்பதல்ல. தர வேண்டாம் என்பதே. நீதித் துறையில் கணக்காளராக வேலை பார்த்து ஓய்வு பெற்றிருந்தார். வரும் பென்ஷன் போதுமானதாக இல்லை. மூன்று பெண்கள். இரண்டு பையன்கள். எதுவும் உருப்படியில்லை. எல்லாம் வீட்டில் குதிர் குதிராக நின்று கொண்டிருந்தன. பணத்தின் தேவை அவருக்கு இருந்துகொண்டேயிருந்தது. எப்பொழுது அதுகளுக்குக் கல்யாணம் பண்ணி, பேரன் பேத்தி எடுத்து. கண்ணால் பார்த்து, .பசங்கள் தேறி, வேலைக்குப் போயி...அவர்களுக்குக் கல்யாணம் பண்ணி....? நாமே உதட்டைப் பிதுக்குவோம். முழி பிதுங்கிக் கொண்டிருந்தது அவருக்கு. கணக்காளராய் வேலை பார்த்தவர் வாழ்க்கையைக் கணக்குப் பண்ணவில்லை .

நான்கு மாடுகள் வேறு. அது பரம்பரைப் பழக்கமாம். விட முடியாது என்றார். அவைதான் எனக்குத் துணை என்று சொன்னதுதான் மிகுதியாக யோசிக்க வைத்தது. எங்கிருந்து தீனி போட்டுப் பராமரிக்கிறார் என்பது கேள்விக்குறியாகவே இருக்கும். பல சமயங்களில் என் வீட்டு வாசலில் இருக்கும் முருங்கைக் கீரையைப் பறித்துக் கொண்டிருப்பார். என் வீடு,எதிர் வீடு என்று

கொல்லைப்புறம் சென்று புற்களைப் பிடுங்கி சேகரித்துக் கொண்டு செல்வார். காய்கறித் துகள்கள் எதையும் குப்பைக்குப் போட்டு விட வேண்டாம் என்றும் ஒரு பையில் போட்டு வையுங்கள், வந்து வாங்கிக் கொள்கிறேன் என்றும் சொல்வார். பழகிய சில வீடுகளில் இப்படிச் சொல்லி வைத்து ரெகுலராக வாங்கிக் கொண்டுமிருந்தார். ஒவ்வொரு முறையும் கேட்டுக் கொண்டு வாசலில் நிற்க வேண்டாம் என்று அவர்களாகவே பையில் போட்டதைக் கட்டி எடுத்து வாசலில் வைத்து விடுகிறார்கள். அமைதியாய் வந்து எடுத்துக் கொண்டு போவது அவர் வேலையாயிருந்தது. வாடகை வீடுதான். சர்வீசில் இருந்த காலங்களில் ஒரு சொந்த வீடு கூடக் கட்டிக் கொள்ளவில்லை. ஐந்து பேரையும் கொஞ்சமாவது படிக்க வைக்க வேண்டுமே என்ற எண்ணம் இருந்திருக்கலாம். அதற்கே சரியாய்ப் போயிருக்கும் இவர் ஒருவரின் வருமானம். மூச்சு விடுவதே குடும்பத்திற்காகத்தான்.

பக்கத்துக் காலி மனையில்தான் கொட்டகை போட்டிருப்பார். யார் ஓனர் என்று தெரியாது. கேள்வியுமில்லை. அங்கே மாடுகள் கட்டப்பட்டிருக்கும். எப்பொழுது அந்தப் பக்கம் போனாலும் கொட்டடியைச் சுத்தம் செய்வதோ, சாணி அள்ளுவதோ, மாடுகளைக் குளிப்பாட்டுவதோ என்று ஏதேனும் செய்து கொண்டேயிருப்பார். வீட்டுக்குள் இருப்பதற்கு இதுவே மேல் என்பதுபோல் அந்த மாடுகளோடுதான் பொழுதைக் கழித்தார். அங்கேதான் குடியிருக்கிறார் என்றே சொல்லலாம். சில சமயங்களில் அங்கே ஒரு கயிற்றுக் கட்டிலைப் போட்டு பட்டப் பகலில் வாயைத் திறந்து கொண்டு ஆவென்று தூங்குவதைக் கண்டிருக்கிறேன். அது உடல் மீறிய அசதி. அந்தக் காட்சி மனதை மிகவும் சங்கடப்படுத்தும். மாடுகளைக் குளிப்பாட்டுகையில், ஒரு முறை ஒரு நீண்ட நாகம் வந்து சாணிக் கூடைக்குள் சுருண்டு கிடந்தது. பதற்றமே இல்லை. தெருக்காரர்கள் அடிக்கக் கிளம்பிய போது, எதுக்கு...அதுவே போயிடும் என்று சொல்லித் தடுத்து விட்டார். நான் அடிக்க மாட்டேன் என்று மறுத்துவிட்டார். அது இடத்துல நாம வந்து குடியிருக்கோம். அது வராம என்ன செய்யும்? என்று கேட்டார். நாம தொந்தரவு செய்யாதவரைக்கும் அதுவும் நம்மை ஏதும் செய்யாது என்றார்.

இத்தனைக்கும் பக்கத்தில் ஒரு கண்மாய் இருக்கிறதுதான். அருகிலுள்ள ஓட்டுக் கிராமத்தில் இருந்து மாடு வைத்திருப்பவர்கள் குளிப்பாட்ட தினமும் எங்கள் தெரு வழியாகத்தான் ஓட்டிக் கொண்டு போவார்கள். ஒன்று ரெண்டு என்று கிடையாது. நாலு அஞ்சு என்று படையாய்ப் போய்க் கொண்டிருக்கும். அந்தக் கண்மாயில் தண்ணீர் தேங்கி நிற்கும்வரையில்தான் எங்களுக்கு

ஆழ்துளைக் கிணற்றில் தண்ணீர். அங்கு வற்றினால் இங்கும் கீழே போய்விடும்.

என்றுமே சாணிக்குப் பஞ்சம் வந்ததில்லை. அது என்ன கணக்கோ...கண்மாய்க்குச் செல்லும் மாடுகள் சரியாக எங்கள் வீட்டு வாசல் வரும்போதுதான் பொத்தென்று சாணி போடும். சாணி கலக்கி யார் இன்று வாசல் தெளிக்கிறார்கள்? என்று கேட்காதீர்கள். என்ன அப்படிச் சொல்லி விட்டீர்கள் என்று ஒரு கேள்வி வந்து விழும். மைதிலி இருக்கிறாளே? வீதியில் கேட்பாரின்றிக் கிடக்கும் அதை வீணாக்க அவளுக்கு மனசே வராது. ஆனால் அதை அள்ள வேண்டியவன் நானாயிற்றே? அதுபற்றி அவளுக்கு என்ன கவலை? எல்லாம் Do what I say...தான். அந்தத் தெரு முழுவதும் சாணி அள்ளியிருக்கிறேன் நான். என்ன சார்...எதுக்கு சார்...? என்று கேட்டவர்கள் இருக்கிறார்கள். சாணியின் உபயோகமே அறியாத தலைமுறை கடந்த சமூகம். சப்புச் சப்பென்று வட்டமாய்த் தட்டிக் கையில் லாவகமாய் எடுத்து சுவற்றை நோக்கி எறிந்தால், வரிசை மாறாமல் போய் பச்சென்று ஒட்டிக் கொள்ளுமே...அந்த எருவாட்டியை அறிவார்களா இவர்கள்?

சாணியை மாட்டின் கழிவு என்று நினைத்து அருவறுக்கும் தலைமுறை. அதை மருந்தாய் நாம் பார்த்தோம். இறைவனுக்கான ஓமகுண்டப் பூஜா வஸ்து. கடைசிக் காரியங்களுக்கு கண்யமாய்ப் பயன்படும் அதி முக்கியப் பொருள். அதை வைத்துத்தான் ஒரு முறை முகத்தைப் பார்த்துக் கொள்ளுங்கள் என்று சொல்லி கடைசி எருவை முகத்தின் மேல் வைப்பார்கள். எதைச் சொன்னாலும் பெரிதாய் எடுத்துக் கொள்ளாத இளைய தலைமுறை. காசு கொடுத்தாக் கிடைக்கப் போவுது அதானே...என்ன பெரிய்ய.....? முடிஞ்சு போச்சு...!! காசால் உலகத்தையே வாங்க முடியும் அவர்களால்...!.

இதைச் சொல்லும்போது கிராமத்தில் தினசரி அக்ரஉறாரத்தையும், பிற தெருக்களையும் தவறாது சுற்றி வந்து கூடையில் சாணி பொறுக்கிப் போகும் செவ்வந்தி ஞாபகம் வருகிறது எனக்கு. அவள் மாட்டுக் கொட்டகையில் கிடைக்காத சாணியா, எருவா? அதுதான் அவள் பிழைப்பே எனும்போது அந்த மூலப் பொருள் எங்கு கிடைத்தாலும், வீணாகாமல் காப்பதுதானே முறை. அது அவளுக்கு வயிற்றுப் பாடு சம்பந்தப்பட்டது.

பத்துப் பன்னெண்டு மாடுகளை வைத்து மேய்த்துக் கொண்டிருந்தாள் செவ்வந்தி. எந்நேரமும் மாட்டோடுதான் அவள் வாசம். அந்தப் பக்கம் போனாலே அந்த மாட்டுக் கொட்டகை வாடை நம் மூக்கைத் துளைக்கும். உள்ளே தலையைக் காட்டினால் ஏதேனும் மாடு சாணி போட்டுக் கொண்டிருக்கும்...ஏதேனும்

ரெண்டு சொட சொடவென்று மூத்திரம் பெய்து கொண்டிருக்கும். கன்றுக் குட்டிகள் துள்ளித் துள்ளி உள்ளுக்குள்ளேயே அதகளம் பண்ணிக் கொண்டிருக்கும். ம்மா...ஆஆஆ.....ம்மா...ஆஆஆ என்று சத்தம் கேட்டுக் கொண்டேயிருக்கும். எல்லாவற்றையும் ஏய்... ஏய்...என்று சும்மா அதட்டிக் கொண்டே ஒரே ஒரு அறையும், திண்ணையும் அமைந்த ரொம்ப சுமாரான இடத்தில் நேர்த்தியாய் ஒரு பழைய பாயை விரித்து அமர்ந்து, சுவாரஸ்யமாய் வெற்றிலை போட்டுக் கொண்டிருப்பாள் செவ்வந்தி. அல்லது படுத்து உறங்கிக் கொண்டிருப்பாள். அவளுக்கு மாடுகள் காவலா அல்லது மாடுகளுக்கு அவள் காவலா? கொட்டகை வாசல் கதவு எந்நேரமும் திறந்துதானே கிடக்கிறது! என்ன பயம்...? நம்ம ஊரு...! எல்லாம் நம் சனம்...!

ரெண்டே ரெண்டு வெற்றிலை, பாக்கு, ரெண்டு பழம்...அத்தோடு ரெண்டு ரூபாய்...இதுதான் அவள் பிரசவக் கூலி. எல்லாம் ரெண்டு ரெண்டுதான் கணக்கு. எங்கள் வீட்டில் நாங்கள் அறுவரும் அவள் பிரசவம் பார்த்துத்தான் பிறந்தோம். சொல்லிவிட்டவுடன் ஓடோடி வந்து விடுவாள் செவ்வந்தி. தான் பெற்றெடுத்த பெண்ணுக்குப் பிரசவம் பார்ப்பதுபோல் கண்ணும் கருத்துமாய்ப் பார்ப்பாள். நாங்கள் அவள் கைகளில்தான் முதலில் தவழ்ந்தோம். குழந்தையைக் குளிப்பாட்டி தாயின் கையில் ஒப்புவித்து விட்டுக் கிளம்புவாள். அப்போது கண் மூடி தன் குலதெய்வத்தை வேண்டிக் கொள்வாள். அந்த மனமுவந்த வேண்டுதலுக்கு உலகத்தில் வேறு ஈடு இணையே இல்லை. எங்கள் பெரியம்மா செவ்வந்திதான். என் ராசா....இங்க வாடே...என்று அவள் தன் கைகளை விரித்து எங்களை வாரி அணைத்துக் கொஞ்சிய நாட்கள் எங்கள் நெஞ்சில் பதிந்த சுவடுகள். மனிதப் பிறவிகள் தெய்வமாய் வலம் வந்த நாட்கள் அவை.

தினமும் காலையில் நடைப் பயிற்சிக்குக் கிளம்பி விடுவார் பிரகதீஸ்வரன். என் வீட்டு வழியாகத்தான் போவார். போகும்போது விட்டு விடுவேன். திரும்புகையில் கண்டிப்பாகக் கண்ணில் பட்டுவிடுவார். அந்த நேரம் தற்செயலாய் நான் அறையிலிருந்து வெளியே வருவதும், அவர் திரும்பிப் பார்ப்பதும் நிகழ்ந்து விடும். வாய் திறந்து எதுவும் கேட்டதில்லை. ஆனால் பார்வை கேட்கும். அந்தப் புன்னகை அர்த்தப்படுத்தும். அதற்கு மேலும் கண்டு கொள்ளாமல் இருந்தால் அது தன்மை ஆகாது என்று தலையை ஆட்டி வாங்க...என்று சொல்லி விடுவேன். அந்த வார்த்தையை அவர் மனம் எதிர்பார்க்கும்.

ரொம்பவும் உரிமை எடுத்துக் கொண்டு அவராகவே உள்ளே நுழைந்து விடுபவர் அல்ல. அதுதானே கௌரவமும் கூட. ஆனாலும் என்னைப் பொறுத்தவரை அவர் தயங்க வேண்டியதில்லை என்பது

என் எண்ணம். மைதிலிக்காக ஏதேனும் ஒரு தயக்கம் அவர் மனதில் இருக்குமோ என்னவோ?. எனக்குமே அந்தத் தயக்கம் உண்டுதான்.

பல சமயங்களில் பேசத் தெரியாமல் பேசி விடுவாள். ஒன்றைச் சொல்வதற்கு முன் ஒரு நிமிஷம் சொல்லப்போறதை நினைச்சுப் பாரு...சொல்லலாமா வேண்டாமான்னு அப்பத் தோணும்...அப்டி கட் ஷார்ட் பண்ணினா நிறைய மனத் தாங்கல்களைத் தவிர்க்கலாம் என்று எத்தனையோ முறை அவளிடம் சொல்லியிருக்கிறேன். காதில் வாங்கினால்தானே?

ஆமாம்...ரொம்ப அனுபவப்பட்ட மாதிரிதான்...என்று மோவாயில் இடித்துக் கொள்வாள். நீயும் சராசரிதான் என்று சொல்லிவிட்டால் கோபம் பொத்துக் கொண்டு வந்து விடும். பேப்பரை தினசரி வரி விடாமப் படிச்சிட்டா எல்லாம் தெரிஞ்சவன்னு அர்த்தமாயிடுமா? உலக அனுபவம்ங்கிறது வேறே...மனிதர்களைப் படிக்கிறதுங்கிறது ஒரு தனி பயிற்சியாக்கும் என்பேன். நீங்க படிச்சிருக்கேளோல்லியோ... அது போறும்...என்று அப்போதும் கிண்டலடிப்பாள்.

சிலரை சிலவற்றில், சிலவற்றால் எப்போதும் எக்காலத்தும் மாற்றவே முடியாது. சாகும்வரை அப்படியேதான் இருப்பார்கள். அதைத்தான் காரெக்டர் என்கிறார்கள்..

மிஞ்சிப் போனால் ஒரு வாய் காப்பி சாப்பிடுவார். உங்காத்துக் காப்பி ரொம்ப நன்னாயிருக்கும்...என்று தன்னை மறந்து சொல்லியிருக்கிறார். வீட்டுக்குள் வந்து விட்டால் அந்த எண்ணம் முட்டத்தானே செய்யும்? அன்று மைதிலிக்காக எனது செகன்ட் காஃபியைக் கட் பண்ணிக் கொள்வேன்.

இப்டி ஆளாளுக்கு போட்டு நீட்டிண்டிருந்தா உறை குத்தறதுக்குப் பால் வேண்டாமா? என்று ஒரு முறை சொல்லியிருக்கிறாள். அவ ஒரு தடவை சொன்னா நூறு தடவை சொன்ன மாதிரி...!

நீங்க...! என்று கேட்டுக் கொண்டே காப்பியை ருசிப்பார். எனக்கு வராது என்று அவருக்குத் தெரியும். கண்டு கொள்ள மாட்டார். அது அவா பிரச்னை....!

மனுஷன் சாகும்வரை இந்த நாக்கு ருசி போகாது. உப்பு, புளிப்பு, இனிப்பு, காரம்- கூடுதல் குறைச்சல் இவைகளைத் துல்லியமாய்க் கண்டு பிடித்து விடும். தின்னு தின்னு தீர்க்கிறார்கள் மனிதர்கள். வாழ்நாள் பூராவும் ஒரு மனிதன் சாப்பிட்டது மொத்தம் எவ்வளவு இருக்கும்? என்று அகலக் கையை விரித்து மலைபோல் காண்பிப்பேன். எழுபது எண்பது வயதுவரை தின்ன வேண்டுமே...! உலகமே ஒரு உணவுக் கூடம். எங்கு பார்த்தாலும் உணவு தயாராகிக்

கொண்டேயிருக்கிறது. இராப் பகலாய். வித விதமான உணவுகள். மனிதர்கள் அங்கிங்கெனாதபடி எங்கும் பிரகாசமாய் நிறைந்து ஆளாளுக்கு, மாறி மாறி வேண்டும் அளவுக்குச் சாப்பிட்டுக் கொண்டேயிருக்கிறார்கள். அப்போதைக்கு திருப்தி கொள்கிறார்கள். அவ்வளவே...! போதும் என்று சொல்லக் கூடிய ஒன்று உணவு மட்டும்தான். வேறு எதையும் இந்த உலகில் மனிதர்கள் போதும் என்றே சொல்வதில்லை.

ஒரு அக்கௌன்டண்ட் போன்றே இருக்க மாட்டார். ரிடையர்ட் ஆயாச்சு...அப்புறம் என்ன வேண்டிக்கிடக்கு? என்பதே அவர் சித்தாந்தம். சர்வீஸ்ல இருந்த காலத்துலயே அதுக்குப் பொருந்தாமத்தான் நான் உட்கார்ந்திருந்தேன்...வயித்துப் பாட்டுக்காக..! இப்பயும் அப்டியே விறைப்பா இருன்னா எவனால முடியும்... என்பார். பென்ஷனர்னா ரிடையர்ட் ஆன ஆபீசரும், பியூனும், ஏன் வாட்ச்மேனுமே ஒண்ணுதான்...இதிலே மேலென்ன கீழென்ன....? அம்புட்டுப் பேரும் ஓய்வூதியதாரர்தானே? பியூனுக்கும் பென்ஷன் எனக்கும் பென்ஷனா? ன்னு எவனாச்சும் கௌரவமா முறுக்கிக்க முடியுமா? எனக்குக் கொடுக்கிற பென்ஷனுக்கு வேறே பெயர் வையுங்க என்று கேட்க முடியுமா? எங்க வேண்டாம்னு சொல்லச் சொல்லு பார்ப்போம் யாரையாச்சும்...!..சர்வீஸ்ல இருக்கிற போது என்னா ஆட்டம் ஆடுறாங்க...? இப்பச் சொல்லட்டுமே...? என்று தன் எளிமைக்கு விரிவான விளக்கம் கொடுப்பார்.

.பஸ்-ஸ்டான்டில் உள்ள டீக்கடையில் அவரைப் பார்க்கலாம். ஓரமாய் இருக்கும் குத்துக்கல்லில் அமர்ந்திருப்பார். அது அவருக்கென்றே அமைந்த கல். அதில் வேறு யாரும் உட்கார்ந்து நான் பார்த்ததில்லை. யாராச்சும் டீ வாங்கித் தர மாட்டார்களா? என்பது போன்று இருக்கும் அவர் பார்வை. காலையும் மாலையும் பேப்பர் படித்தாக வேண்டுமே...! ஓசில பேப்பர் மட்டும் படிக்க வந்திடுறாரு அய்யரு....ஒரு நாளைக்காச்சும் துட்டு கொடுத்து டீ வாங்கி சாப்டிருக்காரா...? சிலர் சொல்வதுண்டுதான். அதெல்லாம் அவர் காதில் விழுந்திருக்கலாம். விழாமலும் போயிருக்கலாம். ஆனால் யாரேனும் அவருக்கு டீ வாங்கிக் கொடுத்து விடுவார்கள். அது அவர் அதிர்ஷ்டம். அவ்வளவு நேரம் அவர் படிக்கும் படிப்பைப் பார்த்தால் கடைக்காரனுக்கே இரக்கம் மேலிட்டு, இந்தாங்க... எம்புட்டு நேரம் வறட்டு வறட்டுன்னு இந்தப் பாழாப்போன பேப்பரப் படிப்பீங்க. நீங்க படிச்சு முடிக்கிறதுக்குள்ள ஆயிரம் விஷயம் மாறிப் போயிடும்...பிடிங்க...தொண்டையை நனைச்சிக்கிங்க.... என்று ஒரு கிளாஸ் தேநீரை நீட்டி அவரை ஆற்றி விட்டாலும் போச்சு...! அதெல்லாம் மனுசனோட ராசி....! பிரகதீஸ்வரனைத்

தெரியாத ஆள் கிடையாது அந்த வட்டாரத்தில். சாமீ...! என்று குரல் கொடுத்துக்கொண்டே ஆட்கள் நகர்ந்து கொண்டேயிருக்கும். இன்னும் அந்தப் பழமை மாறாத தன்மைதான் அந்த மக்களின் பெருமை...!

வீட்டில் இருந்தால் தாங்க முடியாத பிக்கல் பிடுங்கல்... அதற்கு வெளியே மேல்..(நானும் மேல்...நீயும் மேல்...!) ..நாலு மனுஷாளைப் பார்த்த திருப்தியாவது மிஞ்சும்....என்றுதான் மனுஷன் டேக்கா கொடுத்து விடுகிறாரோ என்று தோன்றும்.மாடுகளுக்கு வேண்டியவைகளை எல்லாம் செய்து விட்டுத்தான் புறப்படுவார். அவைபாட்டுக்கு அசைபோட்டுக் கொண்டு படுத்திருக்கும். வீட்டுக்குள் இருந்து எட்டிக்கூடப் பார்க்க மாட்டார்கள். அவர் பசங்கள் ஒரு நாளும் அந்த மாடுகளுக்குப் பக்கத்தில் நின்று நான் பார்த்ததில்லை. அந்த மாமி சாணி எடுக்க மட்டும் தலையைக் காட்டுவார்கள். மாடுகள் இருக்கும் வீட்டில் வீட்டுப் பெண்மணிகள் தங்கள் பசுக்களை அக்கறையாய்ப் பராமரிப்பதையும், தெய்வமாய் வணங்குவதையும், தீனி வைப்பதையும், மாட்டுக் கொட்டகையைச் சுத்தம் செய்ய வைத்து கார்வார் பண்ணுவதையும் பார்த்திருக்கலாம். அப்படியான எந்த அடையாளமும் பிரகதீஸ்வரனின் மனைவியிடம் பார்த்ததில்லை.

உடம்பு முடியாதவராகவே அவர் மனைவியை நினைக்கத் தோன்றும். அதுபோல் முகமலர்ந்து பேசியும் காண முடியாது. என்றாவது வீட்டுக்குள் தலை நுழைக்கும் சமயம் வாய்த்தால், உறாலின் இருட்டான பகுதியில் உட்கார்ந்திருப்பது தெரியும். நிழலாய்த்தான் தோன்றுவார்கள். அந்தப் பெண்களும் ஆளுக்கொரு மூலையில் தென்படுவார்கள். ஏனிப்படி வீடு சூமடைந்து கிடக்கிறது என்ற எண்ணம் வரும். ஒரு சுமுக நிலையிருந்து என்றும் அவர் வீட்டைக் காண முடிந்ததில்லை. இயல்பான இருப்பே அப்படித்தானோ என்று நினைக்க வேண்டி வரும். ஒருவருக்கொருவர் பேசப் பிடிக்காமல் உம்மணாம்மூஞ்சியாய் இருந்து கழிக்கிறார்களோ?

எங்கள் பகுதி குட்டி பஸ்-ஸ்டான்டில் புதிதாகத் தனியார் பால் டெப்போ ஒன்று வந்திருந்தது. அதில் எப்படி இடம் பிடித்தாரோ தெரியாது. அங்கு உட்கார்ந்து பால் விற்க ஆரம்பித்திருந்தார் பிரகதீஸ்வரன். அந்தக் கடைப் பையன் அவரை வைத்து விட்டு அங்கே இங்கே என்று வெளியே பால் போடப் போய் விடுவான். ஏஜென்ஸி எடுத்திருந்தவனுக்கு இப்படி ஒருத்தர் உபகாரமாய் அமைவார் என்று எதிர்பார்த்திருக்கவே மாட்டான். அவனுக்குப் பல ஜோலி. இவரை உபயோகப்படுத்தி, தன் வியாபாரத்தின் கிளைகளை விரித்துக் கொண்டிருந்தான் அவன். ஒரு வேளை

அதிலேயே அவர் திருப்தியடைந்தாரோ என்னவோ...! தன் பசங்களின் உபயோகமின்மை குறித்த தாக்கம் இருக்கலாம். பொறுப்பாய் செயல்படுபவனைக் கண்ட திருப்தி.

மூணு பாக்கெட்டுக்கு மேலதான் பை கொடுக்க முடியும். ஒரு பாக்கெட்டுக்கெல்லாம் கிடையாது...என்று யாரிடமோ சொல்லிக் கொண்டிருந்தார். அப்படிச் சொல்லி சொல்லி நிறையப் பைகளை மிச்சம் பண்ணிக் கொடுத்திருந்தார் கடைக்கு. அதுபோல் கரெக்டாகச் சில்லரை கொண்டு வரணும்...என்றும் கண்டிஷன் போட்டிருந்தார். கடைக்கு வரும் வாடிக்கையாளர்கள் அவருக்கு ஒத்துழைத்தார்கள் என்றே சொல்ல வேண்டும். எந்த அளவுடைய பால் பாக்கெட் அதிகமாகப் போகிறது என்று கணித்து அதை எண்ணிக்கையைக் கூட்டி இறக்குமதி செய்ய வைத்தார். மற்றதை அதனதன் அளவுப்படி குறைத்தார். பையனும் அவரிஷ்டப்படி விட்டு விட்டதாகத்தான் தோன்றியது. மதிய இடைவேளை உண்டு... அதைக் கூட அந்தப் பையனின் முன்னேற்றத்திற்காகத் தத்தம் செய்திருந்தார் பிரகதீஸ்வரன். உழைப்பே உயர்வு என்று போட்டு, பக்கத்தில் கடன் இல்லை என்றும் சுவற்றில் எழுதி வைத்தார்.

டிபன் பாக்ஸில் கொண்டு வந்து அங்கேயே சாப்பிட்டுக் கொண்டார். அந்த நேரம் ஷட்டரைப் பாதி இறக்கி விட்டிருப்பார். உட்காருவதும் தெரியாது....கை கழுவுவதும் தெரியாது..... அப்டிங்கிறதுக்குள் அள்ளிப் போட்டுக் கொண்டு எழுந்து விடுவார். வெறும் தயிர் சாதம்தான். ஒரு பச்ச மிளகாய். மதியத்திற்கு மேல் மறுநாளுக்கான தேதி போட்டு பால் டப்புகள் வந்து இறங்க ஆரம்பிக்கும். அத்தனையையும் பொறுமையாய் வாங்கி எண்ணி, ஒழுகும் பாக்கெட்டுகளைத் திருப்பி, பதிலுக்கு வேறு வாங்கி கணக்கைத் துல்லியமாய் வைத்து விடுவார். அந்தப் பையன் வந்ததும் இந்தா பிடி என ஒப்புவித்துவிட்டு வீடு திரும்புவார். போகும்போது ஒரு பால் பாக்கெட் எப்போதும் அவர் கையில் இருக்கும். அது ஓசியோ பாஸியோ தெரியாது. அது விலையில்லா பால்...!

சும்மாத் தருவானா..நல்லாத் தந்தானே....! .துட்டு சார்... துட்டு....-என்று யாரிடமோ வீச்சும் விறைப்புமாய்ச் சொல்லிக் கொண்டிருந்தார். எதுவானால் நமக்கென்ன? என்று நினைப்பதற்குள் பிரகதீஸ்வரனின் பிழைப்பு மாறிப் போயிருந்தது.

இந்த மனுஷன் எதுக்கு இப்டி நாயா பேயா அலையறார்? ஒரு எடத்துல அமுந்து இருக்க மாட்டார் போல்ருக்கே? என்று நினைத்தேன் நான். மாடுகளைக் கவனிப்பது குறைஞ்சு போச்சா? என்றும் தோன்றியது. வீட்டு வரி கட்டுவதற்கு பஞ்சாயத்து ஆபீஸ் போயிருந்தபோது அங்கே இவரைக் கண்டேன். கையில் ஏதோ பில்டிங்

வரைபடத்தை வைத்துக் கொண்டு அலைந்து கொண்டிருந்தார். கூடவே ஒருவர் இருந்தார். தவறு தவறு...அவர் கூடத்தான் இவர் இருந்தார். அதுதான் சரி. என்னென்ன நடைமுறைகள் என்பதைத் துல்லியமாய்த் தெரிந்து கொண்டு விட வேணும் என்கிற துடிப்பில் இருந்தது போலிருந்தது அவரது சுறுசுறுப்பு. கேட்பவர்களுக்கு விளக்கிச் சொன்னவர் இவர்தான். அதற்காகத்தான் அவர் இவரை வைத்துக் கொண்டிருக்கிறார் என்பது தெரிந்தது.

ஆர்வ மிகுதியில், என்ன சார் இந்தப் பக்கம்? என்றபோது.... சொல்றேன்...சொல்றேன்...என்று கையமர்த்தினார். சாருக்கு ப்ளாட் எதுவும் வேணுமான்னு கேளுங்க சாமி....ஆளுகளப் பிடிங்க... என்றார் அந்த இன்னொருவர்.

அவரு சொந்த வீடு கட்டில்ல நம்ம ஏரியாவுல குடியிருக்காரு.... அவருக்கு எதுக்கு...? என்றார் இவர்.

அவருக்கில்லாட்டி என்ன...அண்ணன் தங்கச்சி யாருக்காச்சும் வாங்கிக் கொடுப்பாருல்ல....கேட்டாத்தான தெரியும்...விடப்படாது.... யார்ட்ட என்ன யோசனை இருக்கும்னு நமக்குத் தெரியாதுல்ல.... கேன்வாஸ்ங்கிறது பிறகு எப்டி? என்று அவர் சொல்லவும்.... சாயங்காலமா வீட்டுக்கு வர்றேன். என்றார் பிரகதீஸ்வரன். அது அவரின் வாயை அடைப்பதற்காக என்று புரிந்தது எனக்கு.

சொல்லப்போனால் ஏதேனும் இடம் வாங்கும் யோசனையில்தான் நானும் இருந்தேன். தங்கச்சி மாப்பிள்ளை வேறு எனக்கும் வேணும் என்று சொல்லியிருந்தார். நான் குடியிருக்கும் பகுதியில் இப்போதெல்லாம் வாங்க முடியாது. விலை தாறுமாறாய் ஏறியாகி விட்டது. பக்கத்தில் கலை நகர் என்று ஒரு பகுதி உருவாகிக் கொண்டிருந்தது. விறு விறு என்று அங்கு ப்ளாட்டுகள் விற்றுத் தீர்ந்து கொண்டிருந்தன. அந்தப் பகுதியில்தான் இவர்களும் ப்ளாட்டுகளை விற்றுக் கொண்டிருக்கிறார்கள் என்றும் அதற்குத்தான் பிளானை வைத்துக் கொண்டு அலைகிறார்கள் என்றும் பிறகுதான் தெரிய வந்தது.

நானாய்ப் போய்ப் பார்த்தபோது சீட்டுக் கட்டுபோல் வெறும் மூணு மூணு சென்ட்களாகத்தான் இருந்தன. வெறுமே வாங்கிப்போட்டு நாளை விலை ஏறிய பின்னால் விற்கத்தான் உதவும் அது. வீடு கட்டுவதென்றால் சுற்றிலும் செடி கொடி மரங்களுக்கு இடம் விட்டு, முன் பக்கம் கார் பார்க்கிங் இடம் செய்து, கொஞ்சம் பார்வையாய்க் கட்ட வேண்டும் என்கிற எண்ணமிருந்தது என்னிடம். இந்த வீட்டில் செய்யாது விட்டவற்றை, நிறைவேறாத கனவுகளை, புதிய வீட்டில் பூர்த்தி செய்து கொள்ள

வேண்டும் என்ற ஆசையிருந்தது. யாருமே தான் நினைத்தபடிக்கு, தன் ஆசைக்கு வீடு கட்டியிருக்க முடியாதுதான். எப்படியும் கட்ட ஆரம்பித்த பின்பு சில மாற்றங்கள் வந்து போகும். பில்டரோடு சண்டை போட முடியாது. வேலை நின்று போகும். மனத் தாங்கல் வந்து விடும். அது என் கனவு வீட்டில் நிகழக் கூடாது என்பதில் தீர்மானமாய் இருந்தேன்.

நாம் ஒன்று நினைக்கிறோம். தெய்வம் ஒன்று நினைக்கிறது. எடம் கிடைக்காது உங்களுக்கு. முதல்ல இடத்தைக் கேட்ச் பண்ணப் பாருங்க...அப்புறம் இந்தச் சுற்று வட்டாரத்துல எங்கயுமே இன்னை தேதிக்கு ப்ளாட் கிடையாதாக்கும் என்று நெருக்கினார் பிரகதீஸ்வரன். அந்த முயற்சியின்போதுதான் மைதிலி அவரோடு கொஞ்சம் பேச ஆரம்பித்தாள்.

மும்மூணு சென்ட் டோக் டோக்கா இருக்கு...நமக்கு ஏத்தாப்ல.... அஞ்சரை சென்டா தேடினா பைசாவுக்கு எங்க போறது? என்னாலெல்லாம் லோன் போட முடியாது....இருக்கிற சேவிங்ஸ்ல வாங்கப் பாருங்கோ...பாங்க்ல டெபாசிட்டுக்கு வட்டி கம்மியாப் போச்சு. அதுக்கு இடத்தையாச்சும் வாங்கிப் போடலாம். இன்னும் எத்தனை வீடு கட்டியாகணும்? இந்த ஒண்ணு போறாதா? நம்மகிட்டே இருக்கிற சேமிப்புக்கு மூணு சென்ட்தான் சரி வரும். அகலக்கால் வச்சு எதிலயாச்சும் மாட்டிக்காதீங்கோ... உங்க தங்கை மாப்பிள்ளையும் அப்டித்தான் விரும்புவார். வேணும்னா பாருங்கோ...சரின்னு சொல்றாரா இல்லையான்னு.....! என்று பொழிந்து தள்ளினாள். என் வார்த்தையை மீறினா அப்புறம் நான் நானில்லை....அதுதான்...!

அதற்கு மேல் அப்பீல் ஏது? பிரகதீஸ்வரனும், அவரது ஏஜென்டும் வந்து நிற்க ஆரம்பித்து விட்டார்கள். சத்தமில்லாமல் செய்ய வேண்டும் என்று நினைத்திருந்த காரியத்தை ஊரைக் கூட்டித் தேர் இழுத்தாற்போல் ஆக்கியாச்சு. என்ன விஷயம் சார்...? என்று எதிர்வீட்டு சாம்பசிவம் வேறு முகத்தை நீட்டினார். விஷயம் அவருக்கும் தெரியவர, உடனே கிளம்பிப் போனவர் அவர்தான். போய்விட்டு வந்து, அதென்ன சார்...ரோட்டுலேர்ந்து உள்ளே போய்க்கிட்டேயிருக்கு...! ரெண்டு மூணு பர்லாங் போகுது சார்.. டூ வீலர் இல்லாமப் போறது வர்றது ஆகாது....எனக்குத்தான் வண்டியே ஓட்டத் தெரியாதே...! பஸ்லேர்ந்து இறங்கி எம்புட்டுத் தூரம் நடக்குறது? நமக்காகாது......ஆனா ஒண்ணு பின் பக்கமா மெயின்ரோடு வந்தீங்கன்னா அப்டியே நம்ம வீட்டுக்கு வந்திடலாம். அது ஒண்ணுதான் இன்னைக்குத் தேதிக்கு வசதி என்றார்.

தங்கை மாப்பிள்ளை வந்தார்...போய்ப் பார்த்தார்...சரி என்று ஒப்புக் கொடுத்து விட்டார். எதிரெதிர் ப்ளாட்டுகள் மூன்று சென்டுகளாக அமைந்தன. வாங்கிப் பணம் கொடுத்து பத்திரம் பதிந்து எல்லாம் ஆயிற்று. அதை மைதிலி பேருக்குத்தான் நான் பதிந்தேன். அதில் அவளுக்கு ரொம்ப மகிழ்ச்சி. ஒரு இடத்தின் அதிபதி அவள்.

மனிதனுக்குத் தேவை ஆறடி. இந்த மண்ணிலிருந்து எடுத்ததெல்லாம் இந்த மண்ணுக்கே...இன்று உனது நாளை வேறொருவருடையது. நாளை மறுநாள் இன்னொருவருடையது.....மனதுக்குள் இந்த நினைப்பு வந்தவனுக்கு எதுவுமே பெரிசில்லை..

இதோ பிரகதீஸ்வரன் போய் விட்டார். நாளை என்பது நமக்கு ஏது? இன்றிருப்பார் நாளையில்லை. தலைமாட்டில் தீபம் எரிந்து கொண்டிருந்தது. நிச்சலனமாய் இருந்தது அவர் முகம். தப்பித்து விட்டேன் பார்த்தீர்களா? என்று கண்களை மூடிக் கொண்டிருக்கிறாரோ? சுற்றிலும் மூன்று பெண்கள் மூலைக்கு ஒருவராய். அருகிலே சோகமே உருவாய் அவரின் இரண்டு மகன்கள். இனி அந்தக் குடும்பம் எப்படி நிமிரப் போகிறது?

மூத்த பையனை வெளியே அழைத்து வந்து அவன் கையில் அந்தப் பணத்தை திணித்தேன். இது உங்க அப்பாவுக்கு நான் கொடுக்க வேண்டிய கமிஷன் தொகை. ரெண்டு ப்ளாட் வாங்கினதுக்கு. தெரிஞ்சிதா? அதோட ஒரு மூவாயிரம் சேர்த்து வச்சிருக்கேன்.... கடைசிக் காரியங்களைச் சுருக்கமா முடிக்கப் பார்...பெரிய எடுப்பு வேண்டாம்...தெரிஞ்சிதா? நான் ஒருத்தரைச் சொல்லி வரச் சொல்றேன்...அவர் கொஞ்சமாத்தான் கேட்பார். குறைச்சு முடிச்சுக் கொடுப்பார்....சரியா?

சரி என்று தலையாட்டியது போல்தான் இருந்தது. அதுநாள் வரை நான் அவர்களோடு அதிகம் பேசியதில்லை. ஆதலால் அவர்களின் போக்கு எப்படி என்பதையும் அறிவதற்கில்லை. ஆனாலும் கடைசிக் காரியங்களுக்கு காசு பஞ்சாய்ப் பறக்கும். அதனால்தான் எச்சரித்தேன்.

வெளியே வந்தேன். துக்க வீட்டில் சொல்லிக் கொள்ளக் கூடாது. செருப்பை மாட்டிக் கொண்டு சாலையில் இறங்கியபோது, மாட்டுக் கொட்டகையில் இருந்த பசுக்கள் மிகுந்த சோர்வாய்த் தென்பட்டன என் கண்களுக்கு. அடங்கிப் படுத்திருந்தன. மனிதர்களை விட அவை மிகுந்த வாஞ்சை மிக்கவை என்று தோன்றியது..

வீட்டுக்கு வந்தபோது மைதிலி கேட்டாள்......எப்போ எடுக்கப் போறாளாம்....?

அவரோட ப்ரதர்ஸ் ரெண்டு பேர் பெங்களூர்ல....அவா வந்தாகணுமே...! மத்தியானம் ரெண்டுக்கு மேலே ஆயிடும்....

பாவந்தான் ஆனாலும்...திடீர்னு இப்டிப் போயிட்டாரே...! அந்தக் குடும்பம் என்ன செய்யும் இனிமே? கலங்கித்தான் நின்றாள் மைதிலி. அவளைப் பார்த்து எனக்கும் மனசு ஆடிப் போனது.

அந்தக் கமிஷன் தொகையைக் குடுத்தாச்சுதானே? அவங்க துட்டு நமக்கெதுக்கு? கேட்காட்டாலும் கொடுத்துடுறதுதானே நியாயம்...! என்றவள்...சற்று நிறுத்தி என்னைத் தீர்க்கமாய்ப் பார்த்துக் கேட்டாள்.

கொஞ்சம் சேர்த்தே கொடுக்கலாம் .இந்த நேரத்துலே.....? என்றாள். அவள் மனசை அந்தக் கணம் துல்லியமாய் உணர்ந்தேன்.

கொடுத்தாச்சு....! என்றேன் நிதானமாக...!

7. பாவம்...அவரைப் பழிக்காதீர்கள்...!

என்னால முடில.... - என்றார் சுந்தரம்.

முடிலன்னா? இப்டி மொட்டையாச் சொன்னா எப்டி...? - என்றார் ராமானந்தம்.

சுற்று முற்றும் ஒரு முறை பார்த்துக் கொண்டு மீண்டும் ஆரம்பித்தார் சுந்தரம்.

முடிலன்னா முடில...அவ்வளவுதான்....! - சொல்லிவிட்டு மேற்கொண்டு நடக்க ஆரம்பித்தார். அவரைப் பின் தொடர்ந்தார் இவர்.

என்னடா...அபத்தமா இருக்கு...முடிலன்னா எதை முடிலன்னு சொல்ற...? உடம்பு முடிலன்னு சொல்றியா...அங்க இருக்க முடிலன்னு சொல்றியா...இல்ல இருக்கப் பிடிக்கலன்னு சொல்றியா...? புரியறாப்ல சொல்லு...

ஏதோ ஒண்ணு...எதுவா இருந்தா என்ன...? வந்தாச்சு... அவ்வளவுதான்...

பின்னால் நடந்து வருபவர்கள் இவர்களின் சம்பாஷணையைக் குறிப்பாய்க் கேட்பது போலவே இருந்தது. அதற்காகவே அவர்கள் தங்கள் நடையை மெதுவாக்கியது போல். பேச்சில் தயக்கம் வந்து விட்டது...

பூங்காவில் கூட்டம். எல்லா விளக்குகளும் எரிய ஆரம்பித்து விட்டன. பச்சைப் பசேல் புற்களுக்கு மினு மினுவென்று நீர் பாய்ந்து கொண்டிருந்தது. மண்ணும், நீர் சேர்ந்த புல் வாசனையும் காற்றில் மிதந்து வருவதை இதமாய் உணர்ந்தார் சுந்தரம். இன்னொரு பக்கத்தில் ரப்பர் குழாயை மாற்றி மாற்றிப் போட்டுக் கொண்டிருந்தார் வாட்ச்மேன். அவர் கைங்கரியத்தில்தான் இந்தப் பூங்கா செழித்துச் சிரிக்கிறது.

கொஞ்சம் தள்ளி சாலையில் நீண்ட வீதியின் ஆரம்பத்தில் கார்ப்பரேஷன் தண்ணீர் லாரி நின்று கொண்டிருந்தது. மாற்றி மாற்றித் தண்ணீர்க் குடங்கள் நகர்ந்து கொண்டிருந்தன. வாரம் இரு முறை தண்ணீர் கொடுப்பதே அதிகம். ஊரில் அத்தனை தண்ணீர் தட்டுப்பாடு. சுற்று மாவட்டங்களிலெல்லாம் மழை பொழிகிறது. ஆனால் இவர்கள் ஊரில் பொட்டுத் துளி இல்லை. பாபம் செய்தவர்கள் எல்லாம் ஒன்றாய்ச் சேர்ந்து இந்த ஊரில் வந்து குவிந்து விட்டார்களோ? வருண பகவான் கருணையேயில்லையே?

பூங்காவின் ஆழ்குழாய்க் கிணற்றுத் தண்ணீர் செடிகளுக்குத்தான் உதவும். வீட்டு உபயோகத்திற்கு ஆகாது. அறுநூறு அடிகளுக்கும் கீழே இருந்தது தண்ணீர். அப்பகுதி குடியிருப்போர் நலச் சங்கத்தார் ஒன்று கூடி அந்தப் பூங்காவைக் காப்பாற்றினார்கள். அவர்களின் ஒரே பொழுது போக்குப் புண்ணியஸ்தலம் அதுதான். மனம் லேசுப்படுகிறதே...! வந்து போனால், நாலுபேரைச் சந்தித்தால், வாய் விட்டுப் பேசினால் - இருக்கும் டென்ஷனெல்லாம் குறைந்து காற்றாய் மாறி விடுகிறதே சரீரம்....! சொந்தக்காரனோட பேசுறதவிட வெளியாட்களோட பேசுறதுதான் சந்தோஷமாயிருக்கு...அதென்ன கர்மமோ...?

ஆனாலும் இந்தக் கூட்டம் ஆகாதுதான். வேறு போக்கிடமே இல்லை என்பது போல் வந்து குவிகிறார்கள். இதை விட்டால் சினிமாதான். டிக்கெட் இருநூறு முன்னூறு என்கிறார்கள். செலவு செய்வதா, விரயம் செய்வதா? அதுவும் அமர்ந்து பார்ப்பது போலவா படங்கள் வருகின்றன? ஒரே வெட்டும், குத்தும், குடியும், ரத்தமும், சதையும்...கொலையும், கொள்ளையும், கற்பழிப்பும்? சுத்த அநாச்சாரம்...! சினிமா நல்லதைச் சொன்ன காலமெல்லாம் போச்சு...!

எங்கே செத்து விடுவோமோ என்கிற பயத்தில் அறுபது தாண்டிய... ஏன் ஐம்பது என்றே சொல்லலாம்...அத்தனை பேரும் தவறாது தினமும் அங்கே ஆஜராகி விடுகிறார்களே...! சுற்று மேடையில் நடை நடையென்று நடந்து தள்ளுகிறார்களே..! ஒருவரை ஒருவர் இடித்துக் கொள்ளாமல், தோள் உரசாமல் கடக்கும் வேகம்...நா முந்தி...நீ முந்தி...என்று இப்போதுதான் இளமை திரும்பியிருக்கிறது என்பதாய்...! ஆனாலும் அந்தக் காட்சி கண்களுக்குக் குளிர்ச்சி.. மனதுக்கு இதம்.....அவேர்னெஸ்...கை கால்கள் முடங்கி விடக்கூடாதே என்கிற பயம்...! ட்ரவுசரும், டீ சர்ட்டுமாய் அறுபதும் எழுபதும் விழுந்து விழுந்து உடற் பயிற்சி...! அடேங்கப்பா...இந்த வயசில் இந்த முனைப்பு ஆச்சரியம்தான்...!

இவ்வளவு தண்ணீர் பாயுதே இந்தச் செடிகளுக்கு...ஆனா கை கால் அலம்ப உதவுதா...? குளிரக் குளிர மூஞ்சில அடிச்சிக்க முடியுதா? ஒரே உப்பு...!

உப்பில்லைய்யா...உப்பா இருந்தா இந்தச் செடிகள் பிழைக்குமா? .அது ஒரு மாதிரிக் கடுப்பு...நீர்க் கடுப்பு.. என்ன ருசின்னே கண்டு பிடிக்க முடியாது....இப்போ நீர் இருக்கீரே...அது மாதிரின்னு வச்சுக்கலாம்...!

ராமானந்தம் சொன்னதில் இருந்த குத்தலைக் கேட்டுச் சிரித்தார் சுந்தரம். இளம் பிராயத்து சிநேகிதத்துக்கு இந்த உரிமையாவது வேண்டாமா?

உமக்குச் சுரணையில்லைங்காணும்...இல்லாட்டா இப்டிச் சிரிப்பீரா? - என்று அவர் தொடர்ந்ததைக் கேட்டு மீண்டும் பலமாய்ச் சிரித்தார் சுந்தரம். பிறகு சொன்னார்....

ஒரு சின்ன மாற்றம்....சுரணை நிரம்பி வழியக் கண்டுதான் இங்க ஓடி வந்துட்டேன்...அது புரியலையா உமக்கு? ரொம்ப சென்சிடிவ்யா நான். ஒரு வார்த்தை பொறுக்க மாட்டேனாக்கும்...! நாம வாழ்ந்த வாழ்க்கை வேறே...இப்போ நம்ம பசங்க வாழ்ற வாழ்க்கையே வேறே....அதையெல்லாம் மனுஷனால சகிக்க முடியாது... எந்த உணர்ச்சியுமே இல்லாம மஷணையா இருந்தாத்தான் கூடி இருக்க லாயக்கு. சோறு கண்ட இடம் சொர்க்கம்னு தின்னுட்டுத் தின்னுட்டுக் கிடக்கலாம்.நம்மளால அது ஆகாது...!. பலி ஆடு மாதிரி....

ஏன்யா...அவனவன் தன் பிள்ளைகளை வெளிநாட்டுல விட்டிட்டுத் தனியாவும், முதியோர் இல்லத்துலயும் கிடந்து சாகுறான்...உம்ம பையன் வெளிநாடே வேண்டாம்னுட்டு இங்கயே இருந்திட்டிருக்கான்...கல்யாணம் ஆகி ஒரு குழந்தையோட உம்மையும், உம்ம பொண்டாட்டியையும் கூடவே வச்சிக்கிட்டு காப்பாத்துறான்.........பொச்சப் பொத்திட்டு சிவனேன்னு கிடக்கிறதுக்கு உமக்கு வலிக்குதாக்கும்....?

அந்தக் குறிப்பிட்ட வார்த்தையைச் சற்று சத்தமாய் அவர் சொன்னதும், சிலர் மழுப்பலாய்ச் சிரித்துக் கொண்டு நகர்ந்ததும்....- மக்களுக்கு எப்போதும் ஏதேனும் கிளுகிளுப்பு வேண்டியிருக்கிறது. அதிலும் இந்த வயசானதுகள் அநியாயத்துக்கு கெட்ட வார்த்தைகள் பேசுகின்றன. வயசே அந்த சுதந்திரத்தைக் கொடுத்து விட்டதுபோல்...! வயசாகிவிட்டால் வெட்கங்கெட்டுப் போய்விடும் என்பது எத்தனை சரி? பெண்களும் நடக்கிறார்களே என்பதைக் கூடப் பொருட்படுத்தாமல் அங்கங்கே சிமின்ட் பெஞ்சில் அமர்ந்து

கொண்டு வழிச்சு வழிச்சுச் சொரிந்து கொண்டிருப்பதைப் பார்க்க சுந்தரத்திற்கு இப்படித்தான் தோன்றியது. வாயுத் தொந்தரவு எல்லாருக்கும் பொது. ஆனால் வயசானவர்களுக்கு அது வியாதி போலும். இப்படியா வேட்டடிப்பது?

இந்த பாரும் ராமானந்தம்...உமக்கு வயிறு ஒண்ணேதான் குறி....... ஊண் வளர்த்தேன்...உயிர் வளர்த்தேன்னு நீர் இருக்கீர்... ஆனா நா அப்டியில்ல...நா சோத்துக்காக வாழல...வாழறதுக்காக ஏதோ கொஞ்சம் வயித்த நிரப்புறவன்..! எங்கப்பா எண்பது வயசுல சொல்வாரு..இன்னைக்குப் பசியே இல்ல...எனக்கு ஆறு தோசை போதும்னு...வெள்ளந்தியான மனுஷன்...ஆனா எங்கத ரெண்டு தோசைக்கே திணறுது....ஒண்ணே ஒண்ணு போதும்னு சமீபமா குறைச்சிருக்கேனாக்கும்...

எல்லாரும் அப்டித்தான்....உயிர் தானா பிரியறவரைக்கும் உள்ளே தள்ளித்தானே ஆகணும்? பட்டினி போட முடியுமா? நாங்கூட இப்ப ரெண்டு தோசைதான் திங்கறேன்...செல்ல மாட்டேங்குதே... அத விடுய்யா... சின்னப் பிள்ளைங்க எதையோ பண்ணிட்டுப் போறாங்கன்னு கண்டுக்காம இருக்கணும்யா...? நம்ம காலத்துல நாம கண்டிஷனா இருந்ததையெல்லாம் இவங்ககிட்டத் திணிக்கக் கூடாது...தளர்த்தணும்...துடைச்சு எறியணும். அதையெல்லாம் அப்படியே எதிர்பார்க்க முடியுமா? இப்போ நீர் இருக்கிறது உம்ம பையன் வீடு....உம்ம வீடுல்ல...அதிக பட்சம் இன்னும் நாலஞ்சு வருஷம் நாம உயிரோடிருப்பமா? அப்புறம் என்னய்யா...கிருஷ்ணா ராமான்னு அட்ஜஸ்ட் பண்ணிட்டுப் போக வேண்டிதானே? - ரொம்பவும் யதார்த்தமாகத்தான் சொன்னார் ராமானந்தம். ஆனால் ஒன்று அதிலும் விஷயம் உண்டுதான்.

ராமானந்தம் தனியார் நிறுவனத்தில் வேலை பார்த்து ஓய்வு பெற்றவர். அவருக்கு பென்ஷன் கிடையாது. சுந்தரத்திற்கு அப்படியில்லையே? மாசம் முடிந்தால் முப்பதாயிரம் வங்கிக் கணக்கில் டாண் என்று சேர்ந்து விடுமே...! முப்பத்து மூணு வருஷம் சர்வீஸ் போட்டும் முப்பதுதான் பென்ஷனா என்ற தீராக் குறையுண்டு அவருக்கு...!

அமைதியாக நடந்து கொண்டிருந்தார் சுந்தரம். மேற்கொண்டு நண்பரோடு பேசுவதில் பலனில்லை என்பதாய் எண்ணம் ஓடிக் கொண்டிருந்தது. இனி தினசரி இந்தப் பார்க்கில்தான் முகம் பார்த்தாக வேண்டும். எதற்கு அநாவசியச் சண்டை?

நண்பரோடு கொள்ளும் இந்தச் சமரசத்தைத்தான் பையனோடு, அவன் குடும்பத்தோடு செய்து கொண்டு நிம்மதியாய் இருக்கலாமே

என்று சொல்லாமல் சொல்கிறார் ராமானந்தம். ஆனால் தன்னால் முடியவில்லையே? என்ன செய்ய? அவர்கள் செய்யும் ஒவ்வொரு காரியமும் இவருக்கு உறுத்துகிறதே...! எதுவும் கண்ணில் பட வேண்டாம் என்று அறையில் தன்னைத் தனிமைப்படுத்திக் கொண்டாலும், பலதும் காதில் விழுந்து தொலைக்கிறதே...! சமயங்களில் தண்ணீர் குடிக்க என்று எழுந்து உறாலுக்குச் செல்கையில் கண்ணில் பட்டுத் தொலைக்கிறதே...!

அதென்ன, எப்பப் பார்த்தாலும் பாட்டும் கூத்தும்? அந்த டி.வியை ராத்திரி தூங்கிற போதாவது அணைக்கிறாங்களா இல்லையா? அதுக்கு சவுன்ட் சிஸ்டம்-ஸ்பெஷல் எஃபெக்ட்! அந்த உறாலுக்கு மட்டும் கேட்டாப் போதாதா? தெருவுக்கே கேட்கிற மாதிரி அலற விடணுமா? ஓயாத ஆரவாரமும், கேளிக்கையும்... அப்பப்பா...இவரால் தாங்கவே முடியவில்லைதான். எங்காவது தனியாக வனாந்திரத்திற்கு ஓடிவிட மாட்டோமா என்று வருகிறது...! மனதுக்கு அமைதியே இல்லை..! தனிமையும் இல்லை. யாரும் குறுக்கிடாத தனிமை வேண்டும். நாள் முழுக்க யாரையும் பார்க்காமல், யாருடனும் பேசாமல் ஒரு நாளாவது அமையாதா? உலகமே ஏனிப்படி இரைச்சலாய் மாறிப் போயிற்று?

எதையும் சொல்லவும் முடியாமல், மெல்லவும் முடியாமல் மனம் கிடந்து அடித்துக் கொள்கிறது...! எத்தனை நாளைக்கு இந்த வயிற்றெரிச்சல், எத்தனை காலத்திற்கு இந்த மனக்குமுறல்? புழுங்கிப் புழுங்கி தனக்கு சர்க்கரை வியாதியும், இரத்தக் கொதிப்பும் உடல் நோவும் வந்து, படுக்கையில் விழுந்தால்? தன் கதி என்னாவது? சீரழிஞ்சு செருப்புக்கட்டிப் போகுமே? ரொம்பக் கேவலமாயிற்றே அது?

எத்தனை நடக்கிறது ஊர் உலகத்தில்? பெற்ற தாயை, அப்பனை அடிப்பதும், மிதிப்பதும், எட்டி உதைத்து வீதிக்குத் தள்ளுவதும்.. சோறு போடாமல் விரட்டுவதும்....ஆனாலும் இந்த மொபைல் ஃபோன் வந்தாலும் வந்தது...வேண்டாதது அத்தனையும் கண்ணில்...! நெஞ்சம் நடுங்குகிறது. நாடி தளர்ந்து போகிறது? பயத்தில் வியர்த்து வடிகிறது. ஒருவேளை நமக்கும் இந்த நிலைமை ஏற்பட்டுப் போகுமோ? வராது என்பது என்ன நிச்சயம்? பெற்ற மகனையே சந்தேகப்பட்டால்? ம்ம்ம்...அதெல்லாம் சொல்றதுக்கு நல்லாயிருக்கும்...ஆனா காலம்தான் பதில் சொல்லும்....காலச் சூழல் மனுஷாளை எப்படி மாத்தும், யார் கண்டது? மனிதன் சூழ்நிலைக்கு அடிமை...! வயசான தன் உருவத்தையே பார்க்கப் பிடிக்காததுபோல் இருக்கிறானே? கவனிக்காமலா கிடக்கிறேன்?

ஏம்ப்பா இப்டி சடை நாயாட்டம் முடிய வளர்த்து வச்சிருக்கே...

வெட்டித் தொலைய வேண்டிதானே? கண்றாவியா இருக்கு... பார்க்க சகிக்கல....

எதுவுமே வாய் திறக்காமல் கம்மென்று வளைய வரும் மருமகளைப் பார்க்கையில் எல்லாச் சந்தேகமும் வருகிறதுதான். அவள் குண்டிக்குப் பின்னாலேயே அலையும் இவனை எப்படி நம்புவது? நாம் இங்கே ஒண்டிக் கொண்டிருப்பது பிடிக்கிறதா? பிடிக்கவில்லையா? ஒருவேளை மனதுக்குள் பொறுமிக் கொண்டிருப்பாளோ? தக்க சமயத்தை எதிர்பார்த்துக் காத்திருப்பாளோ? கலகலவென்ற பேச்சில்லையே? அட...என்ன கல கல வேண்டிக் கிடக்கிறது? ஒரு மரியாதையான வார்த்தையில்லையே? குடிக்கத் தண்ணீர் கொடு என்று கூடக் கேட்டதில்லையே...அவர்தானே போய் எடுத்துக் கொள்கிறார்?

டேபிளில் சாப்பாடை எடுத்து வைத்துவிட்டு, வச்சிருக்கு... என்று ஒரு வார்த்தையில் அல்லவா சொல்கிறாள்? வந்து கொட்டிக்குங்க...என்று விட்டுப் போனதை இவர் நினைத்துக் கொள்கிறார். இப்படியெல்லாம் இருக்கிறாள் உன் மனைவி என்று பையனிடமே புகார் கொடுக்க முடியுமா? கண்டிப்பான் என்பது என்ன நிச்சயம்? எதுடா சாக்குன்னு குத்தம் கண்டு பிடிக்காதப்பா... அட்ஜஸ்ட் பண்ணிட்டு இருக்கப் பாரு...! நானே அவளை எவ்வளவு சகிச்சிட்டுப் போறேன்னு தெனம் பார்க்கிறேல்ல...! சண்டையே போட்டுட்டு இருக்கச் சொல்றியா? - திருப்பினால்? கண்டுக்காம விடுப்பா....பெரியவங்களுக்கு அதுதான் அழகு...! - இவன் எனக்குச் சொல்லித் தருகிறான்...காலம் எப்படித் திரும்பி விட்டது?

கேட்ட கேள்விக்கு எப்போதும் ஒரே வார்த்தையில் பதில். அவ்வளவே...அது பிடித்தா...பிடிக்காமலா? அதாவது சொல்கிறாளே என்று சமாதானம் கொள்ள வேண்டுமா? ஒரு வேளை தன் பென்ஷன் காசில் பைசா நகர்த்துவதில்லையே என்கிற கடுப்பாக இருக்குமோ? அது வன்மமாக மாற எத்தனை நாளாகும்? தந்தால் என்ன, தராவிட்டால் என்ன? நான் மண்டையைப் போட்டால் என் வங்கி சேமிப்பு பூராவும் அவர்களுக்குத்தானே? ஊரானுக்கா எழுதி வைக்கப் போகிறேன்? இப்போதே அவர்களிடம் கொடுக்க ஆரம்பித்தால் தூத்தி சூரை விட்டு விடுவார்களே? அவர்களின் வருவாய் போதாதா? தாராளமாச்சே...! செய்யும் வெட்டிச் செலவுகள் கொஞ்சமா நஞ்சமா? நாளை நான் படுக்கையில் விழுந்தால் அவன் கையை எதிர்பார்க்க வேண்டாமே? அதற்காவது இந்த வங்கிப் பணம் வேண்டாமா எனக்கு...!

இந்தா...இந்த ஏ.டி.எம். கார்டை கைவசம் வச்சிக்கோ...இதிலிருந்து ட்ரீட்மென்டுக்கு செலவு செய்...தெரிஞ்சிதா? - கம்பீரமாய்ச் சொல்வாரே...!

எவ்வளவு பொருட்கள், துணிமணிகள்? மாதா மாதமா புதுத் துணி வாங்குவார்கள்? வாரா வாரமா ஓட்டலுக்குப் போவார்கள்? மூன்று மாதத்திற்கொருமுறை செருப்பு மாற்றுவார்கள்...கண்ட பொருட்களையும் வாங்கி வாங்கி வந்து குவித்து வீட்டை நிரப்புகிறார்களே? கொஞ்சமாவது உபயோகித்திருப்பார்களா? ஐயாயிரம் விலைப் பொருளை அஞ்சு ரூபாய்க்குக் கூட வக்கின்றி அள்ளிக் கொண்டு போகிறான் பழைய பொருட்கள் எடுப்பவன்? ஆளில்லாத இடத்தில் அணைக்காமல் ஓடும் ஃ.பேன்., விடிய விடிய எரியும் விளக்குகள், சரியாக மூடாமல் தண்ணீர் வழியும் குழாய்கள்...இரவு வாசல் கதவையாவது சரியாகப் பூட்டுகிறார்களா? எத்தனை முறை போய்ப் பார்த்து வந்திருக்கிறார்? இவருக்குத்தான் பயம் கிடந்து அடித்துக் கொள்கிறது. பலவற்றையும் சொல்லியும், செய்தும் ஓய்ந்து விட்டார். எவ்வளவு விருதாச் செலவுகள்? கட்டுக்குள் வரவே வராதா? எடுக்கவும் அஞ்சுவதில்லை... கொடுக்கவும் அஞ்சுவதில்லை. இவர்கள் வாங்கும் சம்பளக் காசுக்கு விலையே இல்லையா? பணத்தை சூரையா விடுவது? சேமிக்கத் தெரிய வேண்டாமா?

நாற்பது வயதானால் போதும், இவர்கள் பார்க்கும் கம்ப்யூட்டர் உத்தியோகத்திற்கு, கூன் விழுந்து போவது நிச்சயம். உடம்பு விட்டுப் போகும். பென்ஷன் கிடையாது. எப்போது வேலை போகும் என்பதும் நிச்சயமில்லை. பின் என்றுதான் சேமிப்பது? பிற்காலத்துக்கு எப்படித் திட்டமிடுவது? வயதாகி வீட்டில் உட்கார்ந்திருக்கையில் கணிசமான சேமிப்பு இருந்தால்தானே கல்யாணம் காட்சி என்றும், உடல்நோவு வைத்தியம் என்றும் சமாளித்துக் கொண்டு காலம் தள்ள முடியும்?

ஆசைதான் துன்பத்திற்குக் காரணம். ஆசை இருந்து கொண்டேயிருக்கிறது. அது சமயங்களில் பேராசையாக மாறி விடுகிறது. அங்கேதான் ஆபத்தும் வந்து நிற்கிறது. எச்.எம்.டி. வாட்ச் கட்டினாலும், ரோலக்ஸ் வாட்ச் கட்டினாலும், காட்டும் நேரம் ஒன்றுதான். பி.எம்.டபிள்யூ காரில் போனாலும், சோப் டப்பா மாருதியில் பயணித்தாலும் போய்ச் சேரும் இடம் ஒன்றுதான்... யார் சொல்வார்கள் இவர்களுக்கு இதையெல்லாம்? தேவை என்று நினைக்க ஆரம்பித்தால் முடிவில்லாமல் நீண்டு கொண்டே போகுமே? அது அதல பாதாளத்தில் அல்லவா கொண்டு போய் நிறுத்தி விடும்?

சொன்னால்தான் கோபிக்கிறார்களே? அறுவ...அறுவ...என்று பல்லைக் கடிக்கிறார்கள். காதைப் பொத்திக் கொண்டு வெளியேறி விடுகிறார்கள் மொக்க...மொக்க...என்று கேலி செய்கிறார்கள்.

யப்பா... அநியாய ப்ளேடு போடுறியேப்பா...தாங்க முடில....என்று எரிச்சல் படுகிறார்கள்...! அறைக் கதவை டமால் என்று சாத்திக் கொண்டு வெளியேறுகிறார்கள்.....!

அப்பன் பேச்சு ஒரு வயதுக்கு மேல் எரிச்சலூட்டுகிறது. பிடிக்காமல் போகிறது. விட்டு ஓடச் சொல்கிறது. கண்கொண்டு பார்க்கவே பிடிக்க மாட்டேனென்கிறது. சீக்கிரம் போய்த் தொலையாது கிழம்...என்று முனங்கச் செய்கிறது. கெட்ட வழக்கங்கள் ஏதுமில்லாத தகப்பனாய் இருந்ததே தப்போ? காசை விசிறியடித்து ஜாலியாயிருந்திருந்தால் மதிப்பார்களோ, பயப்படுவார்களோ? இவர்களின் முரண் எதையெல்லாம் உணர்த்துகிறது?

ஆனால் வீட்டை விட்டு மட்டும் வெளியேற்றத் தெம்பில்லை? காரணம் வீடு வாங்கித் தந்த அப்பா...! வங்கியின் சேமிப்பு... கணக்கிலடங்கா நிரந்தர வைப்புகள்...தொடர்ந்து டிவிடென்ட் தந்து கொண்டிருக்கும் பரஸ்பர நிதி ஆதாரங்கள்....பேரனின் பிறந்த நாளுக்கு அவன் பெயரில் போட்டிருக்கும் இருபதாண்டு சேமிப்பு...அதற்கான வருடாந்திரத் தவணை...! இதையெல்லாம் ஒதுக்கி விட்டு வாயை வழிய விட்டு விட முடியுமா என்ன?

ஆனால் ஒன்று, இப்போது, தான் பிடுங்கிக் கொண்டு தனியே வந்திருப்பது ஒரு வகையில் அவர்களுக்கு வசதிதான். அவராத்தானே போனாரு....நாங்களா போகச் சொன்னோம்...என்று சொல்லிக் கொள்ளலாமே...? பழி வராதே...!

அட....ஜாக்கிரதையாப் போய்ச் சேர்ந்தீங்களா?-கேட்கவில்லையே? வந்து இத்தனை நாளாயிற்றே...எப்டியிருக்கீங்க...? என்று ஒரு வார்த்தை கேட்டார்களா? ஏதேனும் கேட்டால் திரும்ப வந்து ஒட்டிக் கொள்வேன் என்று நினைக்கிறார்களோ? ஏதோவொரு வகையில் அவர்களின் சுதந்திரத்திற்கு நான் தடையாய் இருக்கிறேனா?

ஒரு வார்த்தை கேளு என்று யாரும் சொன்னால்... டைமே இல்ல... என்று புருடா விடுவார்கள். மனசில்லை...அதானே உண்மை...? அவனின் பேச்சுக்கு முட்டுக் கொடுக்கத்தான் அவள் இருக்கிறாளே? அவனுக்கு அநியாய ஆபீஸ் வேலை. மென்னியைப் பிடிக்கிறது.... ஏன் நீங்கதான் கேட்கிறது....ஒரு வார்த்தை....! சும்மாத்தானே இருக்கேள்...?

இதைச் சொல்ல உனக்கு வெட்கமாயில்லை? உன் கையில் ஃபோனில்லையோ? ஃபோன் என்பது ரெண்டு பக்கமும் பேசுவதுதானே...? நீ டயல் பண்ணினால் லைன் கிடைக்காதா? அடி பாதகத்தி...! ஒரே வீட்ல ரூமுக்கு ரூம் பையனோட பேசற...! என்னோட பேசப் பிடிக்கலையோ? தன் கடமையை ஒழுங்காய்

நிறைவேற்றியவன் பாடே இந்த கதியாய் இருக்கிறதேடீ...! அது உனக்கு உறுத்தவில்லை? உன்னையும் என்னையும் வைத்துத்தானே அவன் வந்தான்? இப்போது அவன் என்னவோ உனக்கு மட்டுமே உரிமையானவன் மாதிரிப் பீத்திக் கொள்கிறாயே? என்னைப்பற்றிக் கோள் சொல்லி கோள் சொல்லி அவன் மனதில் ஒரு கெட்ட எண்ணத்தை ஏற்படுத்தி விட்டாயே? இது தகுமா? அப்பா என்றாலே விலகிச் செல்லும் அளவுக்கு ஆக்கி விட்டாயே? இது அடுக்குமா? அவன் பெண்டாட்டிக்கு கை வலிக்கிறது...கால் வலிக்கிறது என்றால் பிடித்து விடுவாய் போலிருக்கிறதே...! அத்தனை கோழையா நீ? மானம் துறந்து...மதி துறந்து....சீ...இதுவும் ஒரு பிழைப்பா?

எனக்கு எல்லாம் எங்கம்மாதான்...என்கிறான் அவன். என்னிடமே சொல்கிறான். அதையும் கேட்டுக் கொண்டுதான் நான் என் கடமைகளையெல்லாம் திறம்பட நிறைவேற்றியிருக்கிறேன். என்ன குறை வச்சேன் அவனுக்கு? விரல் விட்டு ஒண்ணு சொல்லட்டும் பார்ப்போம்? தெனமும் உங்கிட்டப் பேசுறதுல பத்துல ஒரு பங்கு என்னோட பேசறானா? நானென்ன ஒண்ணும் தெரியாத மடையனா? இல்ல இவன்தான் பெரிய அறிவாளியா? நார்மல் ஸ்டூடன்ட்தானே? முயற்சிலதானே முன்னுக்கு வந்தான்? அந்தக் கடின உழைப்பு யார்கிட்டேயிருந்து வந்தது? என்னோட குணம்தானே? உன்னோட குணம்னா சமையல் மட்டுமாவது அவனுக்கு நன்னாத் தெரிஞ்சிருக்கணும்...அதையாச்சும் ஒழுங்கா அவனுக்குக் கத்துக் கொடுத்தியா? இல்ல...இப்போ அவளுக்கும் சேர்த்து நீ சமைக்கிறே...! சமையக்காரிதானே நீ...? அதுவும் கையை விட்டுப் போயிடுமோன்னு பயந்து போய்க் கிடக்கே...! அதானே உண்மை? நீ ஒரு கோழை... நியாயத்தை எடுத்துச் சொல்லத் தெரியாத, சொல்ல முடியாத கோழை...!! அடிமை...கொத்தடிமை....!!

அப்பா என்னோடதான் இருப்பார்...அவரைத் தனியாப் போக விடமாட்டேன்...அவர் வேண்டாம்னா, நானும் உனக்கு வேண்டாம்னுதான் அர்த்தம்...அவர் கிளம்பிட்டார்னா...நானும் அவர் பின்னாலயே புறப்பட்டிடுவேன்...நா மட்டும் உன்னோட ஒண்டிண்டிருப்பேன்னு கனவு காணாதே....! - சொல்லவில்லையே அவள்...! கல்லுளி மங்கியாய் அவனோடு பிசினாய் ஒட்டிக் கொண்டு விட்டாளே...!

சமையல் வேலையைக் கையில் எடுத்துக் கொண்டு மருமகளைப் பலவீனப் படுத்துகிறாளாம்...! இதப் பிடிச்சாத்தானே உன்னால இந்த வீட்டை ஆள முடியும்? அது நடவாது நிச்சயம். நீ வேலைக்குப் போயி சம்பளம் வாங்கிக் கிழிச்சாலும், சமையலறை இன்சார்ஜ் என் கையிலே...! ஆதியோடந்தமா இதுதான், இந்த இடம்தான்

பெண்களைப் பாதுகாத்திருக்கு...அந்த சாஸ்வத உண்மையை நீ அறிய மாட்டாய்...என் கையாலதான் நீ சாப்டாகணும்...நான் சமைச்சு வைக்கிறதைத்தான் நீ உள்ளே தள்ளியாகணும்...இது உன் தலைவிதி....அத யாராலும் மாத்த முடியாது...இங்கேயிருந்து என்னை நீ வெளியேத்திட்டேன்னு வச்சிக்கோ...நீதான் ஜெயிச்சே... நா ஒத்துக்கிறேன்....ஆனா அதுக்கு உனக்கு வக்கில்லேங்கிறதுதான் இன்னைவரைக்குமான உண்மை...! ஓட்டல்ல போய் விரிச்சி உட்கார்ந்திண்டு திங்கத்தான் தெரியும் உனக்கு......ஆனா அந்த சமையல் கலையை சரீர ரீதியா நீ உணர மாட்டே...! அது ஒரு தீர்க்கமான கலை...பெண்களுக்கு அவசியமான நளபாகம்.. அதை நீ உணரலை...உணர வைக்கலை உங்க அப்பனும் ஆத்தாளும்... அதுதான் உன்னோட பெரிய தோல்வி...உங்க பெற்றோர்களுக்கும் அதுதான் தீராத தலை குனிவு...! போ...போ...போய் உட்கார்ந்து நான் பொங்கி வச்சிருக்கிறதை எடுத்து முழுங்கு.....நீ நல்லாயிருக்குன்னு ஒரு வார்த்தை சொல்லாட்டாலும் அதப்பத்தி எனக்குக் கவலையில்லை... என் கைப் பக்குவம் எனக்குத் தெரியும்...

எல்லா ஆகிருதியும் அவளிடம் இருக்கிறதுதான். ஆனால் தன்னை உதறி விட்டாளே? தன்னைப் பொருட்படுத்தவேயில்லையே? சத்தியத்தின் பாதை ஏன் அவளுக்குத் தெளிவாய்ப் புலப்படவில்லை? பெருமூச்சு கிளர்கிறது சுந்தரத்திடம்.

ஏன்யா...இந்த வயசுல போளிய இந்தக் கட்டுக் கட்டுறீரே... வயித்துக்கு ஒத்துக்குமாய்யா....? - கேட்டவாறே வந்து நின்ற ராமானந்தத்தைப் பார்த்து உமக்கு வேணுமா..? என்று விட்டு அவருக்கு ஒரு பருப்பு போளி கொடுங்க...என்றார் வண்டிக்காரரைப் பார்த்து. வேணும் வேண்டாம் என்கிற கேள்வி எழவில்லை இங்கே.

நீர் சாப்பிடுறது? என்றார் ராமானந்தம்.

இது தேங்கா போளி....அதச் சாப்டுட்டு இதுக்கு வாரும்... தெனமும் இதுல ஒண்ணு...அதுல ஒண்ணு...நான் சாப்பிடுவேன்... வீட்டுல போய் படுக்கிறதுக்கு முன்னாடி ஒரு டம்ளர் பால்... அத்தோட சரி....நம்ம ராத்திரி டயட்...!

போளியை ரெண்டே மடக்கில் வாயில் போட்டுக் கொண்டார் ராமானந்தம். நல்லாயிருக்குய்யா....என்றார் கூடவே. சற்றுத் தள்ளி ஒரு கடலை வண்டி நின்று கொண்டிருந்தது. வேப்பெண்ணையில் கடலை வறுபடும் வாசனை நாசிக்கு சுகமாய் இருந்தது. அதற்கும் சற்றுத் தள்ளி எண்ணெய் பலகார வண்டி. குணுக்கும், போண்டாவும், பஜ்ஜியும், வடையும்....ஆவி பறக்கக் குவிந்து கொண்டேயிருந்தன. கூட்டம் மொய்த்தது அங்கே. எண்ணெய்ப் பலகாரம் என்றால்

ஏனிப்படிப் போய் விழுகிறார்கள்? சுட்ட எண்ணெயை திரும்பத் திரும்பக் காய்ச்சுவான் அதோடு புதுசையும் கலப்பான். மஞ்சள் காமாலையின் ஆதார ஸ்ருதியாயிற்றே...அது...?

வயசான சீனியர் சிட்டிசன்ஸைக் குறி வைத்து இப்படி சுற்றி வளைக்கிறார்களே? அவர்களுக்குத்தான் நாக்கு நீளம் போலும்...! சாகும் வரை நாக்கு மட்டும் அடங்காதோ? எண்ணியவாறே நடந்து கொண்டிருந்தார் சுந்தரம். எதுவும் பேசாமல் அமைதியாய்ப் பின் தொடர்ந்தார் ராமானந்தம். அவரைப் பார்க்கையில் ஒரு புறம் பாவமாய்த் தோன்றியது இவருக்கு.

ஒரு குறிப்பிட்ட இலக்கில் இருவரும் பிரியலானார்கள். அப்போது தவிர்க்க முடியாமல் ராமானந்தம்....வாயைத் திறந்தார்.... ஏன்யா...வீட்டுல தனியாப் படுத்துக் கிடக்கீரே..ராத்திரி .உமக்கு பயமாயில்லே....? கழிவிரக்கத்தோடு கேட்டார்

அட போய்யா...பயமாவது ஒண்ணாவது....மனுஷன் திங்கிற சோத்துக்குக் கௌரவம் வேணும்யா....கௌரவம் வேணும்... அப்பத்தான் நிம்மதியாத் தூக்கம் வருமாக்கும். நான் கவரிமான் ஜாதி.....தெரிஞ்சிதா.....!

தன்னிலை தாழாமையும்...அந்நிலை தாழ்ந்தக்கால் உயிர் வாழாமையும் மானம் எனப்படும்...! சந்நதம் வந்தவர் போல் சொல்லிவிட்டு ஒரு உறுமு உறுமி...அந்தத் தெருவே கிடுகிடுப்பதுபோல் ஓங்காரமிட்டுச் சிரித்துக் கொண்டே நகர்ந்தார் சுந்தரம்.

ஜஐ

8. ஸ்வரமஞ்சரி

ஒருவகைல பார்த்தா நாமளும்தான் காரணம் அத்தனை நேரம் அமைதியாக யோசித்துக் கொண்டிருந்தவர், கடைசியாக இப்படிச் சொன்னது சுசீலாவைத் திடுக்கிட வைத்தது.

எதையாவது உளறாதீங்க...என்றாள் அவள் பட்டென்று.

பயந்திட்டியா....? என்னடா இவன் இப்டிச் சொல்றானே... யாராவது தப்பாப் புரிஞ்சிக்கிட்டு, அது வினையாகிடப் போவுதுன்னு, பதறிட்டியோ...?

அதேதான்...உங்க திருவாய மூடுங்க முதல்ல....

அடி இவளே...நா அந்த அர்த்தத்துல சொல்லல...நா சொன்னதோட அர்த்தமே வேறே...

எந்த அர்த்தமானா என்ன? இந்தப் பேச்சை விட்ருங்க இதோட...

என்னடி இவ்வளவு சாதாரணமா சொல்லிட்டே...அப்போ இது வெறும் செய்திதானா உனக்கு...? அடுத்தாப்ல பரபரப்பா ஒண்ணு வந்தா அதுக்குத் தாவிடுவ...இத மறந்திடுவ...அப்டித்தானே...?

அப்டியில்லே....மனசுக்குப் பெரிய கஷ்டமாத்தான் இருக்கு... அந்தப் பொண்ணு இப்டிச் செய்திடுத்தேன்னு...

அதத்தாண்டி நானும் சொல்ல வர்றேன்...இத்தனை வருஷமா நம்ம வீட்ல வேலை பார்த்த பொண்ணோட உள்ளார்ந்த பிரச்னை என்னன்னு நாம கேட்கத் தவறிட்டோமில்லியா?அது நம்ம தப்புதானே?

ஆமா...பெரிய பிரச்னை? நமக்கே இங்க தலைக்கு மேல இருக்கு... இதுல ஊருல உள்ளதையெல்லாம் இழுத்துப் போட்டுக்க முடியுமா? ஏதோ வருதா, வேலையைச் செய்யுதா, போகுதான்னுதான் இருக்க முடியும்...அவாளோட சொந்த விவகாரத்துல எல்லாம் தலையிட முடியுமா? அதுவா வாயத் திறந்து ஏதாச்சும் சொல்லித்துன்னா, கேட்டுதுன்னா உதவலாம்...இல்லன்னா நமக்கு எப்படித் தெரியும்?

நமக்கு என்ன பிரச்னைன்னு யாராச்சும் கேட்கறாளா? அவா அவா அவாளோட காரியங்களைப் பார்த்திண்டிருக்கா...மனுஷாளே அப்டித்தானே இருப்பா...அதுதானே இயற்கை...அதுதான் இத்தனை வருஷமா இருந்தும் நம்மளோட ஒட்டவே இல்லையே...?

எப்போ அது இத்தனை வருஷமா நம்ம வீட்டுல வேலை பார்த்திடுத்தோ, அப்போ அதோட சொந்த நலன்கள்லயும் நமக்கு அக்கறை இருந்துதாண்டி ஆகணும்...அதுதான் சரி...அதத்தான் நாம கேட்கத் தவறிட்டோம்ங்கிறேன் நான்...

இது கொஞ்சம் அதிகமாத் தெரிலயா உங்களுக்கு? அதுவாச் சொன்னாத்தானே தெரியும்...நாமளா எப்படி இதையெல்லாம் கேட்குறது? ஏதாச்சும் முகத்துல அடிச்ச மாதிரிக் கேட்டிடுத்துன்னா? ஒருத்தரோட பர்ஸனல் விஷயமில்லியா?

நீ ஒரு மூணாவது மனுஷியா அதை நினைச்சிண்டு பேசற.... அதுனாலதான் அப்படி ஒரு விலகல் தோணறது உனக்கு...நா அதை என் பொண்ணா நினைச்சிண்டு பேசறேன்...இங்க அதுதான் உதைக்குது விஷயம்...

போச்சு...இத ஒண்ணு சொல்லிடுங்க...யாரப் பார்த்தாலும் என் பொண்ணு போல இருக்கு, என் பொண்ணு போல இருக்குன்னு... அப்டீன்னா பேசாம ஒரு பெண்ணைப் பெத்துண்டிருக்க வேண்டிதானே...ஏன் விட்டேள்?

அதுதான் விட்டாச்சே...அத இப்பச் சொல்லி என்ன பண்ண? நாந்தான் விட்டேன்...நீ என்ன பண்ணினே...எனக்கு ஒரு பொண்ணு வேணும்னு பிடிவாதமா நின்னிருக்க வேண்டிதானே...

போறும்...நிறுத்துங்கோ...இன்னும் பத்து வருஷம் கழிச்சு சொல்லுங்கோ...முகத்துல நன்னா வழியறது...முதல்ல துடைங்கோ...

பசுபதி சிரித்துக் கொண்டார்.

மனிதனுக்கு அந்தந்த வயதுக்கு மனம் என்ன பேச வேண்டுமோ அதைப் பேசினால்தானே அவன் மனிதன். மாறாக வேண்டாத நினைப்பெல்லாம் இருந்தால் அது அவனை உயர்த்துமா? இது சும்மா சுசீலாவைத் தமாஷ் பண்ணியது. அவ்வளவே...!

அந்தப் பெண் மஞ்சரி வேலைக்கு வந்த நாள் முதலே அதன் மீது ஒரு ஆழ்ந்த இரக்கமும் கருணையும் தன்னிடம் சுரந்து அது நிலை பெற்றுவிட்டதை நினைத்துக் கொண்டார் பசுபதி.

இத்தனை சின்ன வயதில் திருமணமும் முடித்து, ஒரு குழந்தைக்கும் தாயாகி அதைக் காப்பாற்ற வேண்டிய கடமையும் இதன் தலையில்

விடிந்திருக்கிறதே என்று மனம் பாரமாய் உணர்ந்திருக்கிறார். நிரம்ப இரக்கப்பட்டிருக்கிறார். அதுவே அந்தப் பெண்ணின் மீதான கருணையாய் நாளடைவில் மாறிப் போயிற்று.

ஐயா, சின்னப்புள்ளைங்கய்யா...என் பேத்தி மாதிரி...நீங்கதான் பார்த்துக்கிடணும்... - வீடு கட்டும்போது வாட்ச்மேனாய் இருந்த பக்கிரி கொண்டு வந்து விட்டபோது அந்த முதல் பார்வையிலேயே தனக்குப் பெண் இல்லாத குறை தீர்ந்தது என்றுதான் நினைத்தார்.

சுசீலாவும் சரி, இவரும் சரி அதை ஒரு வார்த்தை சொன்னதில்லை. தன் சொந்த வீட்டில் கூட அது இத்தனை சுதந்திரமாக இருக்குமா என்பது சந்தேகம்தான். இன்ன நேரத்துக்குதான் வரும் என்று சொல்லவே முடியாது. இஷ்டத்துக்கு வரும். இஷ்டத்துக்குப் போகும். நீங்க போட்டு வச்சிருங்கக்கா...நா வந்து தேய்ச்சிடுறேன்... சொன்னபடி அதற்குத் தோதுப் படும் நேரத்தில் வந்து வேலையை முடித்து விட்டுப் போய்விடும். ஆனால் அதுவேதானே ஒரு கட்டத்தில் சங்கடமாய்ப் போனது...? இரண்டு பேரும் வேலை பார்க்கும் இடத்தில் எல்லாமும் நேரப்படி நடந்தாக வேண்டியிருக்கிறது. அந்த நேரம் தவிர்த்த சுதந்திரம் அந்தப் பெண்ணுக்கு மட்டும் எப்படிப் பொருந்தும் இந்த வீட்டில்?

காலைல வந்தாத்தான் எனக்கு வசதியா இருக்கு... ஏழரைக்கெல்லாம்தானே வந்திண்டிருந்தீங்க...அப்பத்தானே எனக்கு சமையலுக்கு வேண்டியிருக்கிற பாத்திரமெல்லாம் கிடைக்கும்... நீங்க இப்டி லேட்டா வந்தா எல்லாத்தையும் நானே தேய்ச்சிக்க வேண்டிர்க்கு...அப்புறம் நீங்க எதுக்கு? எனக்கு எட்டரைக்குள்ள சமையல் முடிஞ்சாகணும்...அப்பத்தான் நானும் குளிச்சிட்டு, அவருக்கும் எடுத்து வச்சிட்டு, நானும் எடுத்து வச்சிண்டு கிளம்ப முடியும்...

சரிக்கா இனிமே டயத்துக்கு வந்திடறேன்....சொல்லும்...ஆனால் வராது. நேரத்துக்கு வந்த நாட்களைவிட வராத நாட்கள்தான் அதிகம். என்றோ ஒரு நாள் சுசீலா சொன்னாள் இப்படி. அப்புறம் அவளும் விட்டு விட்டாள். வாயே திறப்பதில்லை. ஏதோ வந்தாச் சரி என்றாகிப் போனது.

குழந்தையையும் கொண்டு வந்து நடுக்கூடத்தில் விரிப்பை விரித்துப் போட்டு விட்டு அதுபாட்டுக்குத் தன் வேலையைத் தொடரும். சமயங்களில் அது அழும்போது கொல்லைப் புறத்திற்கு எடுத்துச் சென்று பால் கொடுக்கும். சின்னூண்டு பெண்ணாக இருந்து கொண்டு, மார்பில் குழந்தையை அணைத்து அது பால் கொடுத்துக் கொண்டிருக்கும் காட்சி இவரைச் சிலிர்க்க வைக்கும். தாயே...ஈஸ்வரி....!

ஏன் அங்கே போய் உட்கார்ந்துக்கிறே...கொசுக் கடிக்குமே அங்கே...இதோ இந்த ரூம்ல உட்கார்ந்துக்கோ...யாரும் வரமாட்டா....

இருக்கட்டுங்கய்யா....

எந்தச் சந்தர்ப்பத்திலும் கடுமையாக எதுவும் சொன்னதில்லை சுசீலா. நேராகச் சொல்ல வேண்டியவைகளையே அவள் சொல்வதில்லையே...பிறகு எங்கிருந்து கடுமையாகச் சொல்வது?

பல சமயங்கள்ல பார்த்தா நீ அந்தப் பொண்ணுக்கு பயப்படுற மாதிரித் தோணறது எனக்கு என்பார் இவர்.

இப்படிக் கூட ஒருத்திக்குக் கோபம் வராமல் இருக்குமா என்றிருக்கும் சுசீலாவின் இருப்பு. எப்பொழுதுமே அவள் அந்தப் பெண்ணை 'ங்க...' போட்டுத்தான் அழைப்பாள். நீ, வா, போ என்று ஒருமையில் என்றுமே விளித்ததில்லை. இவரும் அப்படித்தான். ஐம்பது தாண்டிய இந்தப் பொழுதிலும் பெண்களுடன் பேசுவதென்றால் இன்னும் கூச்சம்தான் அவருக்கு. அது உடன் பிறந்தது ஒழியாது. ஆபீஸில் கூடப் பெண் பணியாளர்களிடம் நிமிர்ந்து, நேருக்கு நேர் முகம் பார்த்துப் பேசியதில்லை இவர். அதென்னவோ அப்படி ஒரு பழக்கம். சார் ரொம்பக் கூச்சப்படுறாரு...என்று அதுகளே சொல்லிச் சிரித்துக் கொள்வதைக் கேட்டிருக்கிறார்.

நீங்கதான் ரொம்ப சேஃப்டியாச்சே...பொம்பளைங்களை முகத்தைப் பார்த்துப் பேசினாத்தானே பிரச்னை...அந்தச் சோலியே கிடையாது உங்ககிட்டே...இப்டியிருந்தீங்கன்னா நம்ம ஆபீசுல ஆள் மாறாட்டம் நடந்தாலும் உங்களுக்குத் தெரியாமப் போயிடும் சார்...ஏன்னா நிறையப் பேரு ஆபீசுக்கு வந்து கையெழுத்துப் போட்டுட்டு சொந்த வேலையைப் பார்க்கக் கிளம்பிடுறாங்க... இன்க்ளுடிங் லேடீஸ்....மானேஜரோ நிமிர்ந்தே பார்க்கிறதில்லே... எனக்கு பதிலா ஒரு அரை நாள் என் சீட்ல உட்கார்ந்திருன்னு யாரையாச்சும் உட்கார்த்தி வச்சிட்டுப் போனாக் கூட உங்களுக்குத் தெரியாதாக்கும்...ஆள் இருக்கிறதாத்தான் நினைச்சிட்டிருப்பீங்க... நீங்க இப்படி இருந்தீங்கன்னா கதையாகாது சார்...

டீ சாப்பிடப்போகும்போது சக பணியாளர்கள் கிண்டலடிப்பதைக் கேட்டு இவரும் சிரித்துக் கொள்வார். ஆனாலும் இந்த வயசுக்கு மேல் என்னத்தை மாற்றிக் கொள்வது? அது கட்டையோடுதான் கழியும்.

பல சமயங்களில் மஞ்சும்மா...மஞ்சும்மா...என்று கூப்பிட இவர் மனம் அவாவும். ஆனால் வார்த்தை வராது. அதுவும் என்னங்கய்யா என்று எதுவும் கேட்காது. இவரை அது ஒரு

பொருட்டாகவே மதிப்பதில்லையோ என்று தோன்றியிருக்கிறது இவருக்கு. லேசான கோபம் கூடத் துளிர்த்ததுண்டு. இவர் கோபம் இவரையே மதித்ததில்லை.. பிறகு அதைப்பற்றி என்ன சொல்ல?

ஏதாச்சும் பேசினால்தானே தெரியும். அறவே பேச்சில்லையென்றால் எதைத்தான் புரிந்து கொள்வது? இத்தனை வருஷம் அது வேலை பார்த்ததற்கு மொத்தமே இத்தனை வார்த்தைகள்தான் பேசியிருக்கிறது என்று கணக்கிட்டிருந்தால் கரெக்டாகச் சொல்லி விடலாம். இப்பொழுதும் கூடப் பாதகமில்லை. அது பேசியது என்றென்று என்று கணக்கிடுவது ஒன்றும் அத்தனை கஷ்டமில்லை. தான் உண்டு தன் வேலையுண்டு என்று இருக்க வேண்டியதுதான். அதற்காக இப்படியா? சண்டை போட்டவர்கள் கூட இப்படி மௌனம் அனுஷ்டிப்பார்களா என்பது சந்தேகமே!

ஆனால் அதுதான் பிடித்துமிருந்தது சுசீலாவுக்கு. அவளுக்கு ஊர் வம்பு பேசுவது அறவே பிடிக்காது. ஊர் வம்பென்ன, உறவு வம்பே பிடிக்காது. யாரைப் பற்றியும் எதுவும் சொல்ல மாட்டாள் அவள். யாரையுமே இவளுக்குப் பிடிக்காதோ என்று சந்தேகம் வரும் நமக்கு. அப்படி ஒரு விலகல். அதை அப்படி ஒரேயடியாக விலகல் என்றும் சொல்லிவிட முடியாது. வீட்டுக்கு உறவுகள் வந்தால் நன்றாகக் கவனித்துத்தானே அனுப்புகிறாள்.

வள்ளிசா நன்னா திருப்தியா செய்து போட்டிடுறியே...கூட நாலு வார்த்தையும் மனம் விட்டுப் பேசினாத்தான் என்ன? என்பார் இவர்.

அது அவளோட இயல்பு...அது ஒரு குத்தமா? என்று தன் உறவுகள் சொல்லக் கேட்டிருக்கிறார்.

ஆக, உறவுகள் அட்ஜஸ்ட் பண்ணிக்கிறதால உன் வண்டி ஓடுதுன்னு சொல்லு...இல்லன்னா பெரிய கர்வின்னு எடுத்திண்டான்னு வச்சிக்கோ....அப்புறம் களேபரம்தான்...ஆளாளுக்கு சண்டை பிடிச்சிண்டு திரிய வேண்டிதான்...

நீங்க வேணும்னா போய் சண்டைய இழுத்து விட்டிட்டு வாங்கோ... நன்னாயிருக்கிறதக் கெடுத்த புண்ணியமாவது கிடைக்கட்டும் உங்களுக்கு...

நா ஏன் அதைச் செய்றேன்...சகஜமா இருக்கலாமேன்னு சொன்னேன்...என்னத்த வாரிக் கட்டிண்டு போகப் போறோம்... இந்த உறவுகளோட நாம இருந்த இருப்பாவது நாளைக்கு நினைக்கப்படுமில்லையா....?

என் இயல்புப் பிரகாரம் நா இருக்கேன். இதுலென்ன தப்பு? இத மத்தவாள்லாம் புரிஞ்சிண்டுதான் இருக்கா....நீங்கதான் ஒத்தைக்கு நிக்கறேள்...!

எங்கோ ஒரு மூலையில் ஒட்டிக்கொண்டிருக்கும் தன் மனதின் ஆதங்கம் அவளுக்குப் புரியவில்லையே என்றிருக்கும் இவருக்கு. மனிதனுக்கு வாழ்க்கையில் எல்லாமுமா ஒருவனுக்குப் பூர்த்தியாகி விடுகிறது? அங்கங்கே தொட்டுக்கோ துடைச்சிக்கோ என்று நிறைய விஷயங்கள் அந்தரத்தில் நிற்கத்தானே செய்கின்றன? அப்படியான ஒன்றுதான் இந்தப் பெண்ணும் வாய் திறக்காமல் இருப்பது என்று வைத்துக் கொள்ள வேண்டியதுதான். அது ஒரு ஆதங்கமாகவே படிந்து போனதுதான். சொந்தமே மௌட்டீகமாய் நிற்கும்போது மூன்றாவதைச் சொல்லி என்ன பயன்?

இப்டி எந்த வம்பு தும்பும் இல்லாம ஒருத்தர் வந்து போறதே பெரிசு! இதுல நீங்க வேறே? எதுக்குடான்னு அலையுதாக்கும் மனசு.... ஆபீசுல வேலையில்லாம தினமும் வெறுமே பெஞ்சைத் தேய்ச்சா இப்படித்தான்....மனசை எதுடா சிக்கும்னு அலைய விடாதீங்கோ... ராம...ராமா சொல்லுங்கோ... சுசீலா போடும்போட்டில் கப்சிப் ஆகி விடுவார் இவர். அந்த சுகானுபவம் தனி. இந்த உலகத்தில் ரசிப்பதற்குத்தான் எத்தனை கோடி விஷயங்கள் இருக்கின்றன? எத்தனை கோடி இன்பம் வைத்தாய் இறைவா...!

இப்படி ஏதேனும் அந்தப் பெண் இருக்கும்போது கூடச் சமயங்களில் பேச்சு வந்து விடும். ஆனால் எதையும் காதிலேயே போட்டுக் கொள்ளாது. அது அதன் இயல்போ அல்லது நாசூக்கோ... அதெல்லாம் சுசீலாவுக்குப் பிடித்திருந்தது என்றுதான் சொல்ல வேண்டும். *சும்மா இருக்கிறதை நாமளா எதாச்சும் சொல்லிக் கெடுக்கப் படாது. வம்பு பேசு வம்பு பேசுன்னா இழுக்குறது?*

யாருடி வம்பு பேசச் சொன்னா? நீ என்ன காது காதுன்னா வேது வேதுங்கிறே? இப்டி மௌன சாமியாரா வந்துட்டுப் போறதே...ஏதாச்சும் பேசித்துன்னா, அதுக்கு வேணுங்கிறதை நாமும் முடியுமானா உதவலாமேன்னு சொல்ல வந்தேன்...

இவர் சொல்லும் கச்சிதமான பதில் சுசீலாவுக்குப் பிடிக்கும். எனவே மறு பேச்சுப் பேச மாட்டாள். இவரளவுக்கு அவளுக்கும் அந்தப் பெண்ணிடம் ஈடுபாடு இருக்கத்தான் செய்தது. அதையும் மறுப்பதற்கில்லைதான்.

வேலையை முடித்து அவள் கொடுக்கும் பண்டங்களை என்ன பாத்திரத்தில் எடுத்துப் போகிறது? எதைக் கொண்டு வருகிறது? எதுவும் தெரியாது. அதையெல்லாம் எதுவும் கண்டு கொள்ள

மாட்டாள். அவ்வளவு சுதந்திரம் அந்தப் பெண்ணுக்கு...

இந்தத் தயிர் வைக்கிற அளவுக் கிண்ணம் ஒண்ணு இருக்குமே அது நீங்க கொண்டு போயிருக்கீங்களா... என்று என்றாவது அவள் கேட்பதைப் பலமுறை பார்த்திருக்கிறேன் நான். ஆமாக்கா, நாளைக்குக் கொண்டாறேன்...என்கும் அது.

இந்தா மஞ்சரி, இத நீ கட்டிக்கோ....

மஞ்சு....இத உன் குழந்தைக்குப் போட்டு விடு....இன்னிக்கு ஆபீஸ்ல ஒருத்தன் கொண்டு வந்தான்...உன் பொண்ணு ஞாபகம் வந்தது...வாங்கினேன்...

மஞ்சு...இன்னைக்கு சுமங்கலிப் பிரார்த்தனை வச்சிருக்கேன்... சாயங்காலமா வா...இன்னும் நிறையப் பொம்மனாட்டிகள் வருவா... அவாளோட நீயும் வந்து புடவையும் ரவிக்கையும் வாங்கிண்டு போ... சரியா...? நீபாட்டுக்கு வராம இருந்துடாதே...எல்லாரோடயும் வந்து இருந்துதான் வாங்கிண்டு போகணும்...தனியால்லாம் வரப்படாது... நாளைக்குன்னு வச்சிடாதே.....பிரார்த்தனையாக்கும்...

நானும் அவரும் ரெண்டு நாளைக்கு ஊருக்குப் போறோம்... நீதான் படுத்துக்கணும்...வீட்டைப் பார்த்துக்கணும்...இந்தா சாவி... எங்ககிட்ட ஒண்ணு இருக்கு...நாங்க பூட்டிண்டு போய்க்கிறோம்...நீ ராத்திரி வந்து படுத்துக்கோ....போரச்சே...வரச்சே பார்வை இங்க இருக்கட்டும்...சரியா....

தலையாட்டும் மஞ்சரி. இதுக்கும் பதில் கிடையாதா? சரின்னுதான் சொல்லேன் என்று செல்லமாய் அவள் தலையைத் தட்டுவாள் சுசீலா. உள்ளார்ந்த அன்பின் வெளிப்பாடு சமயங்களில் அபூர்வமாய் இப்படித் தெறிக்கும்போது அதை அப்படி ரசிப்பார் இவர். இந்த மாதிரியான நேரங்களில் தன்னையும் நெருக்கமாக உணர்ந்து கொள்வார் இவர். அப்படி அப்படியே நினைத்து நினைத்துத்தான் தான் பெறாத பெண்ணாகத் தோன்றுகிறது இந்த மஞ்சரி.

பாவி...! படு பாவி...!! அமைதியாய் இருந்தே தன் காரியத்தை முடித்துக் கொண்டதே..? என்ன அநியாயம்? நெஞ்சு பொறுக்குதிலையே... இறைவா...இப்படியும் நடக்குமா?

ஏன் இப்டிப் பேசாம இருக்கே...? உனக்கு ஏதாச்சும் பிரச்னையா? எதுவானாலும் எங்ககிட்டச் சொல்லு...தயங்காதே....அப்டீன்னு என்னிக்காச்சும் நாம கேட்டிருக்கமா அதை? கேட்டதில்லை....ஏன்? அது நம்மகிட்ட வேலை பார்க்கிற பொண்ணு....நாம சம்பளம் கொடுக்கிற வேலைக்காரிங்கிற முதலாளி மனப்பான்மை நமக்கு... மனசுல கொஞ்சமாச்சும் அந்த ஏத்தமான நெனப்பு இருந்ததுனாலதான்

நாம அதைக் கேட்கலை....நாமளா அதைக் கேட்கணும்ங்கிறதைவிட, அதுவா நம்மகிட்டச் சொல்லணும்ங்கிற மேல்தட்டு மனப்பான்மை நம்மள அறியாமப் படிஞ்சு போயிருக்கிறதுதான் காரணம்...நமக்கு உயரத்துல இருக்கிறதுலயும், முதலாளிங்கிற ஸ்தானத்துல நிக்கிறதுலயும் எப்பயுமே ஒரு மயக்கம். வெளில அப்டிச் சொல்லிக்கிறதில்லை... அவ்வளவுதான். இரக்கம், கருணை, கரிசனம்ங்கிறதெல்லாம் வெறும் நினைப்புனால பூர்த்தியாயிடற விஷயமில்லயே... செயல்னாலதானே அதையெல்லாம் நிரூபிக்கணும்...நாம அதைச் சரியாச் செய்தமாங்கிறதுதான் இங்க பிரச்னை...

இன்னும் நல்லா சொல்லப் போனா இந்தச் சமுதாயம்தான் இதுக்கெல்லாம் காரணம்னு நா சொல்லுவேன்...நாமெல்லாம் அங்கம் வகிக்கிறதுனாலதான் ஒட்டு மொத்தமா இந்தச் சமுதாயம்னு நா சுட்டுறேன்...நம்ம வீடு தவிர்த்து இன்னும் நாலஞ்சு வீடுகள்ல அந்தப் பொண்ணு வேலை பார்த்ததுல்ல...? அப்போ எந்த வீட்டுலயும், யாரும் அதோட உள் வேதனைகளைக் கேட்டு வாங்கலை....அதை நெருக்கமா உணர்ந்தாங்களே தவிர, அதை ஒரு குறிப்பிட்ட டிஸ்டன்சுலதான் நிறுத்தியிருந்தாங்கன்னுதானே அர்த்தம்? நம்மளை விட மற்றவங்க அதிகமா அதுக்கு உதவியிருக்கலாம்...கொடுத்திருக்கலாம், வாங்கியிருக்கலாம்...ஆனா அதோட வாழ்க்கையின் ஆணிவேரையே ஆட்டிப் பார்க்கிறமாதிரி அதுக்குப் பிரச்னை வந்தபோது, பிரச்னையைச் சுமந்திட்டு அலைஞ்சபோது, ஒண்ணு அது சொல்லாம இருந்தது தப்பா இருக்கணும்...அல்லது அதோட விலகின இருப்பைப் புரிஞ்சிக்கிட்டு நாம கேட்டு செய்யாம இருந்தது தப்பாப் போயிருக்கணும்...அது சொல்லலைங்கிறதைவிட நாம கேட்காததுதான் தப்புன்னு எனக்குத் தோணுது...மனசாட்சியுள்ளவன் அப்படித்தான் நினைக்க முடியும். ஏன்னா பல வருஷமா அது நம்ம வீட்டுல வேலை பார்க்குது...எப்படி நம்முடைய இயல்பையும், இருப்பையும் நமக்கு நாமே நியாயப் படுத்திக்கிறோமோ அது போல அதோட இருப்பையும் நாம நல்லா உணருவோம்....அங்கீகரிச்சும் இருக்கோம்...ஆனா நாம நம்மளோட வாழ்க்கை நலன்கள்ல செலுத்தின அக்கறையை அதோட பிரச்னைல செலுத்தினோமா? ஏன்? அங்கதான் நம்மளோட தலையாய தப்பு இருக்கு....தலையாய தப்புதான் அது...! இல்லைன்னு சொல்ல, சொல்லித் தப்பிக்க முடியாது...ஏறக்குறைய நாமளே சதம்னுதானே அது இருந்தது...இதை நாம உணராட்டாலும், அது வேலை பார்த்த நாலஞ்சு வீடுகள்ல யாராவது ஒருத்தர் உணர்ந்திருந்தாலும் கூட இந்த அபாயத்துலர்ந்து அதைத் தடுத்திருக்கலாமே...யாருமே செய்யத் தவறிட்டோம்தானே....வாழ்க்கைங்கிறது எவ்வளவு போராட்டம் நிறைஞ்சதுங்கிறதை இப்போ அது மூலமா உணர்ந்து என்ன

பயன்? ரெண்டு குழந்தைகளை வச்சிண்டு, வேலை வெட்டிக்குப் போகாத கணவனையும் இழுத்திண்டு எத்தனை நாளைக்குத்தான் அது போராடும்?

சுசீலாவின் கண்கள் குளமாய் நின்றன. மார்பைக் கைகளால் பிடித்துக் கொண்டு அப்படியே சுவற்றில் சாய்ந்தாள் அவள். எனக்கு என் உடம்பிலுள்ள சக்தியெல்லாம் வடிந்து வெளியேறிவிட்டது போல ஒரு பலவீனம்.

போஸ்ட்மார்ட்டம் முடிந்து மஞ்சரியின் உடல் அவளின் கிராமத்துக்குக் கொண்டு போகப்பட்டது என்று சற்று நேரத்தில் செய்தி வந்தது எங்களுக்கு.

௸

9. அப்பாவின் தனிமை...!

அப்பா இப்போதெல்லாம் அதிகம் பேசுவதில்லை. ரொம்பவும் தேவையென்றால் ஓரிரு வார்த்தைகள். அதனையும் கூட சத்தமில்லாமல்தான் உச்சரிக்கிறார். இல்லையென்றால் சைகை. என்ன சொன்னீங்க...? என்று திரும்பவும் கேட்டுத்தான் புரிந்து கொள்ள வேண்டியிருக்கிறது. அதையும் முகம் பார்த்துச் சொல்லாமல் முதுகு காட்டித்தான் சொல்கிறார். எதிராளிக்குக் காதில் சரியாக விழாது என்று தெரியும்தான். அவ்வளவுதான் அவர் பேச்சு. அதுவாகவே சுருங்கிப் போச்சா அல்லது அவராகச் சுருக்கிக் கொண்டாரா தெரியவில்லைதான்.

எனக்குத் தனிமை வேணும். ஆட்கள் குறுக்கும் நெடுக்கும் வராத தனிமை... அமைதி வேணும். எந்தச் சத்தமும் இல்லாத அமைதி.... மனுஷாளே ஆகாது...அதானே அதுக்கு அர்த்தம்?- கேட்பது புரிகிறதுதான். ஆனால் மனம் நாடுகிறதே...என்ன செய்ய?

சுவற்றைப் பார்த்துத்தான் அமர்ந்திருப்பார். பின்னால் உறால், அடுப்படியில் எங்கள் புழக்கம். வெஸ்ட்ரன் டாய்லெட் அப்பா அறையில்தான் இணைப்பாக இருக்கிறது. அம்மா மட்டும் அங்கே போய் வருவாள். அதற்கு மட்டும் அப்பா வாய் திறக்கும். சற்றுக் கடுமையாக.

போனா, சரியாத் தண்ணி ஊத்தணும். ஃப்ளஷ் பண்ணாமயே வந்தா எப்டி? கதவைத் திறந்து மூடுறபோதெல்லாம் என்னா வாடை? எத்தனைவாட்டி சொன்னாலும் தெரியாதா?-மனுஷன் இங்க உட்கார்றதா வேணாமா? ஒரு நாளைக்கு எத்தனைவாட்டிதான் போவே? - எழுதி வைத்ததுபோல் வரிசையாகச் சொல்வார்.

எல்லாம் சரியா ஊத்தித்தான் ஆறது...என்னவோ தான் மட்டும்தான் சுத்தமா இருக்காப்ல....என்று சொல்லிக் கொண்டே அம்மா வெளியேறி விடுவாள். நான், நளினி, குழந்தை மூவரும் எங்கள் அறையில் உள்ள இந்தியன் டாய்லெட்டையே பயன்படுத்திக் கொள்வோம். அப்பா அறைப்பக்கமே போவது இல்லை. எதற்கு

வம்பு? என்று தோணும். அடிக்கடி ஆட்கள் குறுக்கே வராத தனிமை என்கிறாரே...? அவர் அறைக் கதவைத் திறக்கணும், மூடணும்... சத்தம் வரும். பிறகு டாய்லெட் கதவைத் திறக்கணும், மூடணும்... சத்தம் வரும்....இதற்குள் கட்டாயம் பொறுமை இழந்து கத்துவார். கடுவன் பூனை போல முகத்தை வைத்துக் கொண்டு...!

சொல்லப் போனால் அதற்கு மட்டும்தான் அப்பா பேசுகிறாரோ என்றே தோன்றும். அந்தப் பேச்சு மட்டும்தான் அப்பாவிடம் சத்தமாக வரும். மற்றதெல்லாம் அமுங்கி, ஜீவனற்று....! தான் சத்தமாகப் பேசினால் ஜன்னலுக்கு வெளியே மரக்கிளைகளில் அமர்ந்து கிறீச்சிட்டுக் கொண்டிருக்கும் பறவைகள் பறந்து சென்று விடுமோ என்று நினைக்கிறார் போலும். அப்பாவின் முகம் அங்கு பார்த்தபடிதான் எந்நேரமும். எங்கள் பக்கம்தான் திரும்புவதேயில்லையே...! மனிதர்களோடு பேசுவதைவிட அந்த ஜீவன்களுடனான, பரந்து கிடக்கும் இயற்கையுடனான மானசீகப் பேச்சு தேவலை என்று நினைத்திருக்கலாம். அதுதான் அவரை இப்போது மகிழ்வித்துக் கொண்டிருக்கிறதோ என்னவோ? அப்போது மட்டும் அப்பாவின் முகம் மலர்ச்சியாக, பொலிவாக இருக்கும். அவற்றுடனான தனிமையை நாடுகிறார் போலும்!

பல சமயங்களில் காலையில் மாடிக்கு சென்று அங்குள்ள தொட்டிச் செடிகளில் புதிதாய்த் தளிர் விட்டிருக்கும் இலைகளைப் பார்த்துக் கொண்டிருப்பார். பளபளவென்று காலை வெயிலில் ஒளிரும் அதன் மென்மையை ரசித்துக் கொண்டிருப்பார். தொட்டியில் வைக்கப்பட்டிருக்கும் சிறு சிறு காய்கறிச் செடிகளை, அதன் வளர்ச்சியைத் தினமும் கண்ணுறுவார். வெண்டைக்காய்ப் பிஞ்சைப் பார்த்து ஒரு முறை சொன்னார்...சின்னக் குழந்தை பெல்லி மாதிரி இருக்கு பார் என்று. அவரது ரசனையே தனி. அவரை அம்மாதிரி வெளி விஷயங்கள்தான் அன்றாடம் உற்சாகப்படுத்திக் கொண்டிருந்தன. வீட்டிற்குள் அவரது சந்தோஷம் இருப்பதாகத் தெரியவில்லை. எங்களோடு இருப்பதையே அவர் ஏதோ சங்கடமாக அனுபவித்துக் கொண்டிருப்பது போல் தோன்றியது. பார்த்த முகத்தையே பார்த்து, பேசினதையே பேசி....என்றெல்லாம் நினைப்பாரோ?

ஊரில் ஒரு வீடு இருந்தது. அது பூட்டித்தான் கிடந்தது. இரு மாதம் ஒரு முறை அப்பா போய் வந்தார். இந்தக் கொரோனா காலத்தில்தான் அவரால் பயணம் மேற்கொள்ள முடியவில்லை. அங்கு போக, வர என்று இருந்தாரானால் இந்தக் கோப தாபங்கள் இல்லாமல் இருப்பாரோ என்று தோன்றும் எங்களுக்கு. அங்கு சென்று தனிமையை அனுபவிப்பது அவர் நெஞ்சார்ந்த விருப்பம்.

அது எனக்கு ஆஸ்ரமம் மாதிரி என்பார். நான் மட்டும் போய் இருந்துட்டு வர்றேன்...நீ வேண்டாம் என்பார் அம்மாவிடம். அவளைக் கூட அழைத்துக் கொண்டு போவதில் அவருக்கு எப்போதும் ஒப்புதல் இருந்ததில்லை. நான் தனிமையை நாடிப் போறேன்...நீ வர்றேன்னா எப்படி? அங்கயும் வந்து என் நிம்மதியைக் குலைக்கவா? என்று தடுத்து விடுவார். இவ்வளவு தனிமையை விரும்பும் மனம் கொண்ட இவர் எப்படி ஆபீசில் முப்பது பேர் வரை கட்டி மேய்த்தார் என்று தோன்றும்.

சிறு தானியங்கள் கேப்பை, கம்பு என்று அவ்வப்போது கொஞ்சம் வாங்கி வந்து வைத்துக் கொள்வார் அப்பா. காலையில் மாடித் தரையில் இரைத்து அதற்காகப் பறந்து வரும் புறாக்களை நோட்டம் விட்டுக் கொண்டிருப்பார். பக்...பக்...பக்...என்று சத்தமிட்டுக் கொண்டே அவை அவற்றைக் கொத்தும் அழகே தனி. அதைக் காண்பதில் மட்டற்ற மகிழ்ச்சி அப்பாவுக்கு.

மும்பையில் இன்டியா கேட் அருகே கொள்ளை கொள்ளையாய்ப் புறாக்கள் நெருக்கியடித்துக் கொண்டிருக்க, அதற்கு தானியம் விலைக்கு விற்கும் ஆட்கள் அங்கே நிற்பதைப் பார்க்கலாம். சுற்றுலாப் பயணிகள் அவைகளுக்கு உணவளிப்பதும், நூற்றுக் கணக்கான புறாக்களுக்கிடையே நின்று புகைப்படம் எடுத்துக் கொள்வதும் கண்கொள்ளாக் காட்சி...திடீரென்று ஓடி அவைகளினருகே நிற்கையில் மொத்தமும் விருட்டென்று மேலெழும்பி ஆறடி உயரத்திற்குட்பட்டுப் பறக்கும் காட்சியைத்தான் யாரால் மறக்க முடியும்? அப்படிப் பறக்கும் நிலையில் அவைகளின் நடுவே அப்பா நிற்கும் காட்சியில் ஒரு ஃபோட்டோ உண்டு. ஜிப்பாவும், வேட்டியும், காற்றில் உப்பிப் பறக்க, முழுதும் நரைத்த தலை கலைந்த நிலையில் இரு கைகளையும் வானுயரத் தூக்கி அவர் ரசித்து நோக்கும் காட்சி ஏதோ ஒரு திரைப்படத்தின் பாடல் காட்சியை நமக்கு நினைவு படுத்தும்.

அதற்கு சற்றும் குறையாமல் இங்கு மாடியிலும் புறாக் கூட்டம் இருந்ததும், அப்பா தனியே தள்ளி அமர்ந்து, இடைஞ்சல் இல்லாமல் அவைகளை ரசிப்பதும்..அவரின் மன, உடல் ஆரோக்கியத்திற்கு எதுவுண்டோ அதை அவர் செய்து விட்டுப் போகட்டும் என்று நாங்களும் விட்டு விட்டோம். பூஜை அறையில் ஏற்றி வைத்திருக்கும் நறுமணமிக்க பத்தி மென்மையாக, வளைய வளையமாக மேல் நோக்கி எழுகையில், நெளிந்து அமைதியாய்ச் சலனமின்றி ஓடும் ஆற்று நீர் போல் வீடு முழுவதும் சம்மாய்ப் பரவுவதாய்த் தோன்றும். அது போல, அப்பா தன் மனதை எந்தச் சங்கடமும், சிக்கல்களும் இன்றி நிற்சிந்தையாய், அமைதியாய், சுதந்திரமாய் வைத்துக்

கொள்ள வேண்டும் என்று முனைகிறார் என்று தோன்றியது.

ஒரு மண் சட்டியில் தீரத் தீரத் தண்ணீர் ஊற்றி வைப்பார்.. காக்கை, குருவி, புறாக்கள், இரட்டை வால் குருவி, மரங்கொத்தி, தூக்கணாங் குருவி என்று பலவகைப் பறவைகள் அந்தத் தண்ணீரைக் குடிக்க வருவதை நாங்கள் அங்கு பார்த்தோம். என்னென்ன வகைப் பறவைகள் அந்தப் பகுதியில் இருக்கின்றன என்பதை அதை வைத்துப் புரிந்து கொள்ள முடியும். எங்கள் அடுக்ககத்தில் உள்ள பலரும் அதை ரசிப்பதைப் பார்த்திருக்கிறோம். தண்ணீர் தீர்ந்து விட்டால் அவர்களே கொண்டு வந்து நிரப்பி விட்டும் செல்வார்கள். ஆனால் அந்தச் சட்டியை வாரம் ஒரு முறை எடுத்து அழுக்குப் போக அப்பா கழுவி வைப்பதுதான் அதில் புதுமை. அதைச் செய்யச் சொல்லி அவர் யாரையும் வற்புறுத்தியதில்லை.. அந்த வேலையைத் துவக்கியதே அவர்தான் என்பதால், தனக்குத்தான் அந்தப் பொறுப்பு என்று உணர்ந்தவர் போல் செய்வார்.

மொட்டை மாடியில் அதுபோல் கீழ்த்தளத்தில் கடப்பா ஸ்லாப்புகளை நிறுத்தி அங்கங்கே உட்கார இருக்கைகள் தயார் செய்திருந்தார் அப்பா. அந்த வசதி அந்தப் பகுதியில் வேறெந்த அடுக்ககத்திலும் இல்லை. அப்பாவாய்ச் சொல்லிச் செய்தது. மாடியில் நடக்க வருபவர்கள், கீழே கார் பார்க்கிங் பகுதியில் நடப்பவர்கள், வயதானவர்கள் அவ்வப்போது உட்கார்ந்து கொள்ள, காற்று வாங்க, அது வசதியாய் இருந்தது. ச்சே...! எவ்வளவு நன்னாப் பண்ணியிருக்கான் பில்டர்...நமக்கில்லையே இப்படி... என்று வீதியில் வருபவர்கள் பார்த்து ஏங்கிப் போனார்கள். சிலர் ஆலோசனையும் கேட்டுப் போனார்கள். அதுபோல் மொட்டை மாடியில் ஒரு டாய்லெட்டுக்கும் ஏற்பாடு செய்திருந்தார். நடக்கும் வயசானவர்களுக்கு மூத்திரம் அடக்க முடியாது என்று அவசரத்துக்கு உதவும் என்பது அவர் யோசனை. அடுக்ககம் கட்டுகையில், அவரே கட்டுவதாய் நினைத்து வாரம் ஒரு முறை வந்து பார்த்துக் கொண்டேயிருப்பார். அதச் செய், இதச் செய்...என்று அனத்தி எடுத்து செய்ய வைத்து விடுவார். பில்டரும் எல்லாத்துக்கும் மசிந்தார் என்பதுதான் ஆச்சர்யம். அதுக்குத் தகுந்தாற்போல் ரேட்டை உயர்த்தியிருப்பார் என்பது வேறு விஷயம். வீட்டில் பால்கனிக்கு கிரில் போட வைத்தவர் அப்பாதான். இல்லையென்றால் திறந்த மேனிக்குத்தான் கிடக்கும். கிரில்லோடு இருக்கும் இன்றைய அழகே தனி. அது வழியே நின்று வெளியுலகை அப்பா பார்க்கையில் கீழே சாலையில் நின்று அப்பாவை ஒரு புகைப்படம் எடுத்தால் அசல் சத்யஜித்ரேதான். இவன் நினைத்துக் கொள்வான். சிந்தனை மிளிரும் அப்பாவின் தேஜஸ் தனி அழகு.

அப்பா ஓய்வு பெற்றுப் பத்தாண்டுகளுக்கு மேலாகி விட்டது. இப்பொழுதுதான் அவர் இப்படி ஆகியிருக்கிறார். அதாவது ஒரேயடியாய்ப் பேச்சு நின்று போன செய்கை....! அதற்கு முன்பான அவர் பேச்சு என்பதுமே குறைவுதான். அந்தக் கொஞ்சமும் இப்போது காணாமல் போய்விட்டது. ஆபீசில் பேசாமலே கழுத்தறுத்திருப்பாரோ என்னவோ? எல்லோரும் பயந்து கிடந்திருக்கலாம். நிர்வாகத்தில் அதுவும் ஒரு வகைமாதிரி தானே? பேசாமல் கிர்ர்ர்றென்று இருந்து பணியாளர்களைப் பயப்பட வைத்து வேலை வாங்குவது...!

என்ன பேசி என்ன செய்ய? என்று நினைத்து விட்டாரோ என்னவோ? அல்லது இது காலம் வரை பேசியதினால் என்ன பெரிய மாற்றங்கள் நிகழ்ந்து விட்டன என்ற விரக்தியாகக் கூட இருக்கலாம்.. எங்களோடெல்லாம் பேசிப் பேசி அலுத்தும் போயிருக்கலாம். வெறும் லௌகீக விஷயங்களையே இன்னும் எத்தனை ஆண்டுகளுக்கு வாயளந்து கொண்டிருப்பது என்கிற அலுப்பும் ஏற்பட்டிருக்கலாம்.

யாரும் யாரையும் எதுவும் சொல்லித் திருத்திவிட முடியாது. எல்லாரும், எல்லாமும் அவரவர் அனுபவத்தில்தான் கண்டறியணும். அதுதான் ஒருத்தனை செழுமைப் படுத்தும். பட்டுப் பட்டுத்தான் புரியணும். நிறைய நஷ்டங்கள் ஏற்பட்டிருக்கும். போகட்டும்னு விட வேண்டியதுயதான். அனுபவப் படிப்புதான் நிற்கும். சொல் புத்தி நிற்காது. சொன்னா, குத்தமாகத்தான் படும். நச்சரிப்புன்னு தோணும். இந்தக் கிழவன் போய்ச் சேர மாட்டானான்னு கூட இருக்கும். எதுக்குப் பொல்லாப்பு?

இந்த உலகத்துக்கு எல்லாருமே தனித் தனியாய்த்தான் வந்தோம். தனித் தனியாத்தான் போகப் போறோம். பிறந்த வரிசைலயா இறக்கப் போறோம்? யார் யாருக்கு எப்போன்னு யாருக்குத் தெரியும்? அதுபோல அவரவர் வாழ்க்கைப் பயணம் யாரால் அறிய முடியும்? எங்கு தொடங்கும், எதில் முடியும்னு எவனாவது கணிச்சு சொல்லிட முடியுமா? அவா அவா வாழ்க்கையை அவா அவாதான் வாழணும். வாழ்ந்தாகணும். நாம யாரு குறுக்கே நிற்கிறதுக்கு? வழிகாட்டியாச் சொல்லி எடுத்துண்ட தலைமுறையெல்லாம் இப்ப இல்லை...! இது நிற்க நேரமில்லாம, பர பரக்கிற காலம். பெரியவங்க பேச்சை அவ்வளவு மதிக்காத காலம்....ஓரளவுக்குத்தான் சொல்லலாம். ரொம்பச் சொல்லி, நம்ப மதிப்பைக் கெடுத்துக்கக் கூடாது....ஏதாவது தெரிந்து கொள்ள வேண்டுமென்றால்தான் கூகுள் தேடலில் புகுந்து விடுகிறார்களே? அதுவே அவர்களுக்கு நிறைவளிக்கிறது. ஆகையால் அட்வைஸ் யாரும் எதிர்பார்ப்பதில்லை.

இதெல்லாம் முன்பு அப்பா பேசியதுதான். இப்போது அதுவும் இல்லை. வீட்டில் நடக்கும் நிறைய விஷயங்கள் அவருக்குப் பிடிப்பதில்லை என்றுதான் இந்த அமைதியைத் தேர்ந்தெடுத்திருக்கிறாரோ என்று தோன்றியது. அல்லது படிப்படியாய் அவராகவே அப்படி ஆகிப் போனார். முன்பு தொட்டதற்கெல்லாம் குறை சொல்லியதுபோல் இப்போது சொல்ல மாட்டாரா என்று மனம் ஏங்குகிறது. அப்படியாவது அவர் பேசிக் கொண்டிருக்கட்டுமே என்று நினைக்க வேண்டியிருக்கிறது. ஆனால் ஒன்று அப்படி ஆரம்பித்தால் நிச்சயம் அதைத் தாங்க முடியாதுதான். ஆனால் இந்த அளவுக்கு வாயடைத்துப் போவார் என்று யார் கண்டது? மொழியே மறந்து விடுமோ என்கிற அளவுக்கு இருந்தார் அப்பா.

யாருடனும் பேசாத, அமைதியைத் தழுவிக் கொண்டிருக்கும் அந்த முகம் "உம்"மென்று இருப்பதுபோல்தான் பார்ப்பவருக்குத் தோன்றும். ஆனால் அப்பா அப்படியல்ல. எல்லாவற்றையும் சமமாய்ப் பார்க்க எப்போதோ பக்குவப்பட்டு விட்டார் என்றுதான் நினைக்க வேண்டியிருக்கிறது. திடீரென்று அப்பா என்று அழைக்க... என்ன...? என்றவாரே திரும்ப, ஒரு மெல்லிய புன்னகை மலருமே அவர் உதட்டோரம்...அதுவே சாட்சி...அப்பா கோபமானவர் அல்ல என்பதற்கு. அந்த முகத்தின் முதிர்ச்சி....அதுவே அப்பாவுக்கு ஒரு தனி தேஜஸ்.....!

வயசான மனுஷன். எதுவோ சொல்லிட்டுப் போகட்டும்.. அதைப் போய்த் தடுக்கணுமா? அதால யாருக்கும் எந்த பாதகமும் வந்துடாது...பேசாம விட்ருங்கோ...- வீட்டுக்கு வந்து போகும் யாரேனும் ரகசியமாய் இதைச் சொல்வதுண்டு. நாங்களும் அப்படித்தான் இருந்தோம். ஆனால் அதுவாய் நின்று போன பேச்சுக்கு நாங்கள் என்னதான் செய்வதாம்? அவர் அமைதியாய் இருக்கிறார் என்று பெயர்தான். ஆனால் எங்கோ, யாருடனோ, எதுவோடயோ அவர் பேச்சு மானசீகமாய்த் தொடர்ந்து கொண்டுதான் இருக்கிறது என்பது மட்டும் எங்களுக்குத் தெரிகிறது. முகபாவங்கள் மாறிக்கொண்டேயிருக்கின்றனவே என்பதே அதன் அடையாளம்.'!

அப்பா சொன்னவை அத்தனையும் நல்லவைதான். வாழ்க்கைக்குத் தேவையானவைதான். ஆனால் பெரிய சுமைகளாய்த் தோன்றுகின்றன அவைகள். மனித சுதந்திரத்தைக் கட்டி இழுத்துத் தடுத்து நிறுத்துவது போல் ஆக்கி விடுகின்றன. சின்னச் சின்ன விஷயங்கள்தான். ஆனாலும் இவை அடிப்படை. இவற்றை வீட்டில் இப்போது கற்றுக் கொண்டீர்கள் என்றால் பின்னால் இந்த உலகிற்குள் நீங்கள் காலடி வைக்கும்போது பின்நின்று வழிகாட்டி அவை உதவும் உங்களுக்கு என்று சொல்வார்.

இதற்கும் ஒரு அலுவலகத்திலோ, நிறுவனத்திலோ போய் வேலை பார்ப்பதற்கும் என்ன சம்பந்தம்? என்று தோன்றும் நமக்கு. இந்த அடிப்படை ஒழுங்கு அந்த ஒழுங்கை வரையறுக்கும் என்று சுருக்கமாக உணர்த்துவார். மிகப் பெரிய தத்துவங்களை ஒரு சில வார்த்தைகளில் அப்பா சுருங்க உரைப்பது நம்மை ஒருவகையில் பயமுறுத்தும்தான். ஆனாலும் நூல் பிடித்ததுபோல் இருப்பது எத்தனை சிரமமாய் இருக்கிறது? நல்ல விஷயங்கள் வேகமாயும், கோபமாயும்தான் வரும். அதைக் கடைப்பிடிக்கப் பழகிட்டோம்னா பிறகு அதுவே நம்ப இயல்பாயிடும்...என்பார்.

அதற்காக முழுக்க முழுக்க அப்பாவின் எண்ணங்களிலிருந்து வீட்டிலுள்ள நாங்கள் விலகி விடுவதில்லை. கூடியானவரை பின்பற்றத்தான் செய்தோம். அதனையும் மீறி சில நடந்து போகும்போது அப்பாவுக்கு அது பிடிக்காமல் போவதும், மேற்கொண்டு பேசப் பிடிக்காமல் போய் தனியே அமர்ந்து கொள்வதும், சமயங்களில் பொறுக்க முடியாமல் அறைக் கதவைப் படாரென்று சாத்தி மூடிக் கொள்வதும் அதனை நாங்கள் கண்டு கொள்ளாமல் அமைதி காப்பதும்...தொடர்ந்து இப்போதும் நிகழ்ந்து கொண்டுதான் இருந்தது.

அப்பா சொல்லும் சின்னச் சின்ன விஷயங்களையெல்லாம் நீங்கள் கேட்டீர்களென்றால் உங்களுக்கே அலுப்பு தோன்றத்தான் செய்யும். இதெல்லாம் எல்லா வீட்டிலும் சகஜம் என்று கூடச் சொல்வீர்கள். ஆனால் சகஜம்...சகஜம் என்று சொல்லிக் கொண்டு இன்னும் எத்தனை நாளைக்குத்தான் ஒழுங்கீனமாக இருக்கப் போகிறீர்கள் என்பார் அப்பா. சகஜம்ங்கிற வார்த்தையே தப்பு என்பார். அப்படி ஒவ்வொரு விஷயத்தையும் இலகுவாக்கினால், ஒரு ஒழுங்கே படியாமப் போயிடும் என்று விளக்குவார். ஆரம்பத்துல பின்பற்றுதல் கஷ்டமாத்தான் இருக்கும். போகப் போக அதுவே படியும்போது நடைமுறை ஆயிடும். அப்புறம் அதுலர்ந்து நாம வழுவவே மாட்டோம்...என்று சுத்தத் தமிழில் பகர்வார்.

ஆளில்லாத இடத்துல ஏன் ஃபேன் வெட்டியாச் சுத்திட்டிருக்கு... என்று ஓடி வந்து அணைப்பார். பாத்ரூம் போனேம்ப்பா...என்றால்... அந்த ரெண்டு நிமிஷத்துக்கு ஏன் வேஸ்டா ஓடணும்...இப்டி தினமும் ரெண்டு ரெண்டு நிமிஷமா வீணாச்சுன்னா...யூனிட் எகிறத்தானே செய்யும்..கரன்ட் சார்ஜ் கூடத்தானே செய்யும்....இதை நான் சொன்னா ஏன் உங்களுக்குப் புரியலை? என்று கண்டிப்பார். அம்மாவே சமயங்களில் அப்படித்தான் இருப்பாள். ஒரு நிமிஷத்துல வந்துடப் போறேன்...அதுக்குள்ள அதை ஒரு தரம் அணைச்சுப் போடணுமா? உங்களுக்கு வேறே வேலையில்ல...? என்று பதிலுக்கு

அலுத்துக் கொள்வாள். அது அவளுக்கான சுதந்திரம். அவளுக்கே நாம சொல்றது பிடிக்கலே. அப்புறம் குழந்தைகளுக்குக் கேட்பானே? என்றும் அப்பா நினைத்து விட்டாரோ என்னவோ?

அடிக்கடி எல்லாக் குழாயும் சரியாக மூடியிருக்கிறதா என்று பார்ப்பார். வாசல் கதவு வெறுமே மூடியிருக்காமல், பூட்டப்பட்டிருக்கிறதா என்பதை நோக்குவார்.

அறையிலும், உறாலிலும் துணி மணிகள் கண்டமேனிக்கு இரைந்து கிடப்பது அப்பாவுக்கு சுத்தமாய்ப் பிடிக்காது. விழுப்புத் துணிகளைக் கூடையில் போட்டு வைக்கணும் என்றும், துவைத்து வந்தவைகளை மடித்து அலமாரியில் அடுக்கணும் என்றும், வீட்டில் இன்னின்ன பொருள் இங்கிங்கே இருக்கணும் என்றும், எடுத்த பொருளை எடுத்த இடத்தில் வச்சுப் பழகணும் என்றும், நம் வீட்டிற்கு யாரேனும் வந்தால் வீட்டை வைத்திருக்கும் முறைமையைப் பார்த்து நம்மைக் கணக்கிட வேண்டும் என்றும் நம் ஒழுங்கிற்கு நம் வீடே சாட்சி என்றும் அழுத்தமாய்ச் சொல்வார்.

டி.வி.யை அலற விட்டால் கத்துவார். உங்களுக்கு மட்டும் கேட்டாப் போறாதா? அப்பார்ட்மென்டுக்கே கேட்கணுமா? ரோட்டுல போறவன் திரும்பிப் பார்க்கிறான்...என்று கிண்டலடிப்பார். அது போல் சாதம், குழம்பு, காய்கறி என்று மிச்சமானதை வீணாக்குவதும் அப்பாவுக்கு அறவே பிடிக்காது. இத்தனை வருஷமா சமைக்கிறே... நாலு பேருக்கு என்ன அளவுன்னு உனக்குத் தெரியாதா? காயெல்லாம் என்ன விலை விற்குது? மிஞ்சினா ராத்திரி கொஞ்சம் தொட்டுக்கக் கூடாதா? சுட வச்சு சாப்பிடுறது, குறைஞ்சு போவேளா? நம்ப என்ன மிடில் க்ளாஸ்தானே? பணக்காரக் குடும்பமா தூர எறியறதுக்கு? இதெல்லாம் கொஞ்சம் கூட நல்லா இல்லே.... என்று கடிந்து கொள்வார். இப்படியாகத் தொட்டுத் தொட்டுச் சொல்லி, அப்பாவுக்கே அலுத்து விட்டதோ என்னவோ? அல்லது திருந்தாத ஜென்மங்கள் என்று நினைத்து விட்டிருக்கலாம். என்ன வழி என்று யோசித்து, தனிமையை வரித்துக் கொண்டு, எதுவும் தன் கண்ணில் படாமல், காதில் விழாமல் ஒதுங்கி, மறைந்து இருக்கிறார் இப்போது. தன் வார்த்தைகளுக்கு மதிப்பில்லாமல் போயிற்று என்று மனதுக்குள் குமுறுகிறாரோ என்று தோன்றும்.

அம்மா, அப்பா, தாத்தா, பாட்டி, அத்தை, அத்திம்பேர், அண்ணா, தங்கை, அக்கா...என்று கூட்டுக் குடும்பத்தில் வளர்ந்தவர் அப்பா. அங்கு படிந்த ஒழுக்கமும், கட்டுப்பாடும் அவரைச் சிக்கெனப் பிடித்துக் கொண்டு விடமாட்டேனென்கிறது. அதிலிருந்து அவரால் இம்மியும் விலக முடியவில்லை என்பதுதான் உண்மை.

அப்பா அவரது அறைக்குள் நிறையப் புத்தகங்களை வாங்கி வைத்திருக்கிறார். இருக்கும் இடத்தில் அவற்றை சுலபமாய் எடுப்பது போல் எப்படி அடுக்குவது என்று யோசித்து ஒரு இரும்பு அலமாரி வாங்கினார். அதனையும் அறையின் எந்தப் பகுதியில் வைத்தால் யாருக்கும் இடைஞ்சல் இல்லாமல் இருக்கும் என்று யோசித்து உயரம் மற்றும் அகலத்திற்கு நூல் பிடித்து அறுத்து எடுத்துக் கொண்டு போனார். எப்டி வேணும்னு சொல்லுப்பா...நான் ஆளை வரச் சொல்றேன்... என்று நான் சொன்னபோதும், வேண்டாம்...நானே பார்த்துக் கொள்கிறேன் என்று இறங்கி விட்டார். மற்றவர் செய்தால் அதில் தப்பு வரும் என்கிற எண்ணம் உண்டு அப்பாவுக்கு. ஆபீஸ் வேலைகளை அப்படி அள்ளிப் போட்டுச் செய்தவர் அப்பா. விட்டது தொல்லை என்று மற்றவர்கள் அவரிடம் ஒப்படைத்து விட்டு விலகிக் கொள்வதையும் சொல்லிச் சொல்லி மறுகுவார். யாருக்கும் வேலையை நன்னா கத்துக்கணும்ங்கிற அக்கறையே இல்லையே...கையை விட்டுப் போனாச் சரின்னில்ல இருக்கா? என்று புலம்புவார். அவங்களைச் செய்ய வைக்கணும்...அதுதானேப்பா நிர்வாகம்...என்று ஒரு முறை சொன்னேன். வந்ததே கோபம்...! நீ எனக்குச் சொல்லித் தர்றியா? களத்துக்குள்ள இருந்து ஆடணும்.. அப்பத்தான் தெரியும்...! என்றார். சட்டுச் சட்டென்று ஒரு வெளி உதாரணத்தை எடுத்து வீசுவார். அது அப்பாவின் படிப்பின் வாசனை. சரளமாய் அதுவாய் வந்தால்தானே சோபிக்கும். கோபத்தில்தான் பலரும் நல்லது சொல்வார்கள். அப்பா அந்த ரகம்...!

மொத்தம் ஆறு அடுக்குகள் கொண்டதாக அந்தப் புத்தக அலமாரியை அமைத்தார். இவ்வளவு பெரிசு எதுக்கு? என்றுதான் தோன்றியது. ஆனால் அப்பா இப்பொழுது வைத்திருக்கும் புத்தகங்களைப் பார்த்தால் போதவில்லை என்று அவரே முழிப்பதாகத் தோன்றியது. ஒரே ஒரு வரிசையாக, நெட்டுக் குத்தலாய் சாய்த்து அடுக்க ஆரம்பித்து வேணும் புத்தகத்தை அதன் தலைப்பை, பக்கவாட்டில் பார்த்து, டக்கு...டக்கு என்று உருவிப் படிக்க ஏதுவாயிருந்தது. ஆறு அடுக்குகளிலும் ஒரு வரிசைப் புத்தகங்கள் நிறைந்து போய் இரண்டாவது வரிசையாக அடுக்க ஆரம்பித்திருந்தார். அதுவும் இப்போது நிறைந்து வழிந்தது. பழைய புஸ்தகக் கடைல அடுக்கின கதையால்ல ஆயிப் போச்சு... என்று அவரே சொல்லிக் கொண்டார்.

இரண்டாவது வரிசைப் புத்தகங்களை அடுக்கடுக்காய்த் தூக்கித் தரையில் வைத்து, உள் வரிசைப் புத்தகங்களைத் தேட ஆரம்பித்து எடுத்துக் கொண்டிருந்தார். அதற்கு மேல் வீட்டில் வேறு இடமும் இல்லை. மேற்கொண்டு புத்தகங்கள் வாங்க

வேண்டாம் என்றால் நிறுத்தவா போகிறார்? தினமும் ஒரு அழுக்குத் துணியைக் கொண்டு அதனைத் தட்டித் தட்டி தூசியை விரட்டுவார். ஓடோநில், அந்துருண்டை என்று விடாமல் போட்டு வைப்பார். அது பனிக்கட்டியாய் அப்படியே இருக்கும். முதல் ரெண்டு நாளைக்கு மணம் காண்பிக்கும். பிறகு வெறும் படிகாரக் கல் போல் கரையாமல் கிடக்கும். புஸ்தகங்களுக்குன்னு ஒரு பூச்சி வருது....தனி ரகமா இருக்கு....எப்டித்தான் இதைப் போக்குறதோ...! என்று வருத்தப்படுவார். அவை பழசாகிக் கருக்கும்முன் படித்து முடித்து விட வேண்டும் என்கிற பதட்டம் தென்படும் அவரிடத்தில். மேற்கொண்டு மேற்கொண்டு வாங்கிண்டேயிருந்தால் எங்கேயிருந்து படிச்சு முடிக்கிறதாம்...என்பாள் அம்மா.

என் பென்ஷன்ல ஆயிரம் ரெண்டாயிரம் செலவு பண்ணி புஸ்தகம் வாங்கிக்க எனக்கு உரிமையில்லையா? வேறே என்ன செலவு எனக்கு? இருக்கிற காசையும் சேமிப்பையும் அப்டியே உங்ககிட்டேதானே கொடுக்கப் போறேன்? அதனால யாரும் வாயைத் திறக்கப்படாது....என்று விட்டார். சின்ன வயசிலிருந்தே அப்பாவிடம் ஒரு ஸ்பெஷாலிட்டி உண்டு என்பதை நாங்கள் அறிந்திருந்தோம். அதாவது பணம் சேரச் சேரக் கணக்கிட்டு, அதை சேமிப்பிற்குத் தள்ளி விடுவார். அந்தந்த நிதியாண்டிற்கு வரி விலக்குப் பெறும் வகையில் தபால் அலுவலக சேமிப்பைத்தான் அப்பா தேர்ந்தெடுப்பார். வட்டி குறைந்தாலும் அதுதான் பாதுகாப்பு என்பார்.

Law abiding citizen என்றால் அது அப்பாதான். எந்த ஆண்டும் அவருக்கு வரி வந்ததேயில்லை. அவருடைய பென்ஷன், அரசு நிர்ணயித்த வரியல்லாத குறிப்பிட்ட வருமான வரம்பிற்குள்தான் இருந்தது. ஆனாலும் வருடா வருடம் தவறாமல் வருமான வரிக் கணக்கு அட்டவணையை அனுப்ப ஏற்பாடு செய்து விடுவார் அப்பா. அதற்கு என்று ஒரு ஆடிட்டரைப் பிடித்து வைத்திருந்தார். அந்த நாளில் மட்டும் கர்ம சிரத்தையாய் உட்கார்ந்து அந்த நிதியாண்டு முழுவதும் வந்த பென்ஷன் தொகையை அட்டவணையிட்டு அங்கு கொண்டுபோய்க் கொடுத்து, ரிடர்ன் சப்மிட் செய்து விட்டுத்தான் மீளுவார். வருமான வரித்துறை ஏற்றுக் கொண்டதற்கு அடையாளமாக ஒப்புதல் வருகிறதா என்று பார்த்துக் கொண்டேயிருப்பார். அது வரும்வரை அப்பாவுக்குக் கொஞ்சம் டென்ஷன்தான். தேவையில்லாமல் பயப்படுகிறாரோ என்று தோன்றும். ஒவ்வொரு வருடமும் ஏப்ரலில் போஸ்டாபீஸ் போய், படிவம் 15 எச் வாங்கி வந்து அதில் தான் வைத்திருக்கும் மொத்த சேமிப்பு விபரங்களை வரிசையாகக் குறித்துக் கையொப்பமிட்டு சின்சியராய்க் கொண்டு

சென்று சேர்த்து விடுவார். அவரது சேமிப்பிற்குக் கிடைக்கும் வட்டியும் சேர்ந்து கூட அரசு வழங்கியிருக்கும் சலுகைகளைக் கழித்து அவருக்கு என்றுமே வருமான வரி கட்ட வேண்டி வந்ததேயில்லை. ஆனாலும் ஒவ்வொரு ஆண்டும் மார்ச் முடிவதற்குள் தேவையான வரி விலக்கு சேமிப்பைப் போடுவதும், ஏப்ரல் மே மாதங்களில் வருமான வரி ரிடர்ன் சமர்ப்பிப்பதுவுமான காலங்கள் அப்பாவுக்குக் கொஞ்சம் பதட்டம் நிறைந்தவை.

ஒரு முறை வீட்டு முகவரிக்கு ஒரு நோட்டீஸ் வந்து விட்டது. அது வெறும் தபால்தான். அப்பா நோட்டீஸ் என்று சொல்லிப் பதறினார். *Education Cess* என்று ஒரு நானூறு ரூபாய் சேர்க்க விட்டுப் போயிருந்தது. பதறிப்போனார் அப்பா. ஆடிட்டர் ஆபீஸ் போய் அங்குள்ள பணியாளர்களை எகிறியிருக்கிறார். அவர்கள் முழித்திருக்கிறார்கள். நேரே இன்கம்டாக்ஸ் ஆபீஸ் போய் நின்று விட்டார். குறிப்பிட்ட பிரிவுக்குச் சென்று அதற்கு என்ன செய்யணும் என்று கேட்டு, அவர்கள் கொடுத்த செலானைப் பூர்த்தி செய்து, அந்த ஃபைனைச் செலுத்தி விட்டு வந்துதான் ஓய்ந்தார். அறியாமல் நடந்துபோன அந்தத் தவறுக்காக அப்பா கூனிக் குறுகிப் பட்ட பாடு சொல்லி மாளாது. நேர்மையும், நியாயமும் இருக்க வேண்டியதுதான்...அதுக்காக இப்படியா? அதுக்குள்ள காசை விட்டெறிஞ்சா ஆச்சு...! என்று அந்த விஷயத்தை எளிமைப்படுத்தினாள் அம்மா. அப்டியெல்லாம் மரியாதையில்லாமப் பேசாதடீ....! என்றார் அப்பா.

எழுபது வயசுக்கு மேலே உள்ளவாளுக்கு வருமான வரி ரிடர்ன் சமர்ப்பிக்க வேண்டியதில்லைன்னு ஒரு சலுகை கொண்டு வரப்பிடாதா? இந்த வயசான காலத்துல இப்படி அலைய வைக்கிறதே அரசாங்கம்? ஒவ்வொரு இடமும் எம்புட்டு தூர தூரமா இருக்கு? இருக்கிற டிராஃபிக்ல எங்கேனும் தப்பித் தவறி அடிபட்டுச் செத்துருவம் போல்ருக்கு...ரோட்டுல இறங்கினா அவ்வளவு பரபரப்பும், பதட்டமும் வந்து ஒட்டிக்கிது....கவர்ன்மென்டுக்குக் கண்ணில்லையே....! என்று நொந்து கொள்வார். அழுகிறாரோ என்று நினைக்க வைக்கும்.

யாருக்கும் சிரமம் வைக்காமப் போய்ச் சேரணும்...காலடி பட்டுது, கை ஒடிஞ்சிதுன்னு எதுவும் ஆயிடக் கூடாது. படுக்கைல விழுந்தோம்னா நமக்கும் சிரமம்...நம்மால மத்தவாளுக்கும் சிரமம். கட்டின பொண்டாட்டியேயானாலும், என்னைக்காவது மனம் சலிச்சு ஒரு வார்த்தை வரத்தானே செய்யும்....அதுக்கு எடம் வைக்கக் கூடாது. படுத்தமா, போனமான்னு இருக்கணும். அந்தக் கொடுப்பினை எல்லாருக்கும் அத்தனை சுலபமாக் கிடைச்சிடுமா?

சர்வீஸ்ல இருக்கிறபோது எத்தனை பேர் வயித்தெரிச்சலைக் கொட்டியிருக்கேன்? நான் வாங்கப்படாதுங்கிற என்னோட கொள்கையை நிலை நிறுத்துறதுக்காக ஆபீசே சுத்தமா இருக்கணும்னு என்னவெல்லாம் பண்ணியிருக்கேன்? இந்த சண்டாளப் பய... நமக்கு வர்ற காசையுமில்ல கெடுக்கிறான்னு என் காது படவே பேசியிருக்காங்களே? அவங்களோட வாய்ல விழுந்ததெல்லாம் வீணாப் போகுமா? போதுண்டா சாமி...ஆள விடுங்கன்னு வெளில வர்றதுக்குள்ள என்னா பாடு பட வேண்டியதாப் போச்சு? நரகம்... நரகம்...

வாங்க மாட்டாரா....? வாங்க மாட்டாரா? அப்டியா...? என்று கேட்டு அறிந்த அந்த கலெக்டர் பி.ஏ., கடைசியில் தனக்கு பென்ஷன் ப்ரபோசல் போடக் கூட ஆளில்லாமல் தவித்துப் போய், தன்னிடம் வந்து நின்ற பரிதாபமெல்லாம் நிகழ்ந்ததே..! நீங்கதான் நல்லவரு....நீங்கதான் எனக்கு செய்யணும்...வேறு யாரும் செய்து தர மாட்டாங்க....என்று வருந்திக் கண்ணீர் வடித்தபோது மனம் இரங்கிப் போனதே...!

அவருக்குத்தான் முதலில் பென்ஷன் சாங்ஷன் ஆனது என்றும் தனக்கு அதற்குப் பிறகுதான் வந்தது என்றும் சொல்லிச் சிரிப்பார் அப்பா. அங்க கூட நம்ப சம்பந்தப்பட்டதை மெதுவாத்தான் பார்க்கிறான். ஏதாச்சும் வைப்ரேஷன் வேல செய்யும் போல்ருக்கு....! காலம் கலிகாலம். எல்லாமும் அப்படித்தான் நடக்கும். யாரையும் நொந்து புண்ணியமில்லை.... இப்படி எங்கள் சார்பாகவும் நினைத்துத்தான் அப்பா தன்னைத் தேற்றிக் கொண்டு நடமாடிக் கொண்டிருக்கிறாரோ என்று தோன்றுகிறது எங்களுக்கு.

அப்பாவின் பார்வை எதிர்ச் சுவரில். எங்களுக்கு அவரின் முதுகு மட்டுமே தெரிகிறது. அவரின் முகம் என்ன பேசுகிறது என்று எங்களால் கணிக்க முடிவதில்லை. அது காலத்தைக் கணக்கிட்டுக் கொண்டிருக்கிறது என்பதை மட்டும் உணர முடிகிறது. அப்படி அமர்ந்தமேனிக்கே அப்பா ஒரு நாள் தண்ணீர் கேட்கக் கூடும். கொண்டு போய்க் கொடுக்கும்போதோ அல்லது குடித்த பின்போ அப்படியே தலை சாய்ந்து விடக் கூடும். அந்த விடுதலை யோகம் தனக்கு நிச்சயமாகக் கிடைத்து விடும் என்றுதான் அப்பா நம்பிக்கையோடிருக்கிறார். உண்மையான இறை பக்திக்கு சாமி படத்து முன்னால நிக்கணும்ங்கிறதில்லை....கண்மூடி மனசை ஒருமைப் படுத்தினாப் போதும்...அது ப்ராக்டீஸ்ல வரும்...கைகூடும்... அந்த நிலைல அகன்ற வானத்தைப் பார்க்கும்போது கையெடுத்துக் கும்பிடத் தோணும்....வானத்துல பறவைகள் கூடிப் பறக்கும்போது கூப்பி வணங்கத் தோணும்...புலர் காலைல மண்ணுக்குள்ளேயிருந்து

வெளிவந்து இந்த உலகத்துக்குத் தன் முகத்தைக் காட்டும் ஒரு சிறு தளிர் கூட கடவுளை ஞாபகப்படுத்தும்....! அந்த ஆத்மானுபவம்ங்கிறதே தனி...!

போதும்....! என்று எப்போதாவது அப்பா சொல்லும் அந்த ஒரு வார்த்தை லட்சம் பெறும். அதில்தான் எத்தனை எத்தனை உள்ளார்ந்த அர்த்தங்கள்?

ஜை

10. "திட்டமிட்ட" செலவு

ஆறாவது குறுக்குத் தெருவின் ஆரம்பத்தில், அந்தத் தண்ணீர்த் தொட்டியின் அருகே வண்டி நிற்பதைப் பார்த்தார் சிவசு. வீட்டிலிருந்து கிளம்பி ஏறக்குறைய ஒரு கி.மீ. க்கும் அதிகமாக இருக்கும் அந்த நீண்ட சாலையில் கண்ணில் பட்டது அதிர்ஷ்டம்தான்.

பல பிரதான சாலைகளும் அவைகளுக்கான குறுக்குத் தெருக்களும் உள்ள பகுதி அது. எந்தத் தெருவில் அவன் வந்து கொண்டிருப்பான் என்பது தெரியாதுதான். எங்காவது கண்ணில் பட்டு விடுவான் என்கிற நம்பிக்கை உண்டு. அல்லது அவனது குரலாவது கேட்டு விடும். வீட்டிலிருந்து வெகுதூரம் தள்ளி அவனைக் காண்பதுதான் அவருக்கு வசதி. இவர் வீடிருக்கும் பகுதிக்குள்ளேயே அவனைப் பார்த்து விட நேரின் கொஞ்சம் சங்கடம்தான். வீட்டு மாடியிலிருந்து நோக்கினால் அவன் வண்டியும், தானும் நிற்பது தெரிந்து விடும். ஆனால் அந்த மாதிரி ஒரு சந்தர்ப்பம் இன்று வரை வாய்க்கவில்லை. அது கூடாது என்பதுதானே அவர் எண்ணம்!

வீட்டிற்கு அருகே அவன் வரும் நேரத்தைக் கணித்து வைத்திருந்தார். அதை அனுசரித்து முன்னமே புறப்பட்டு விடுவார். அவனைச் சற்றுத் தள்ளியே சந்திக்க வேண்டும். அதுவே அவர் நோக்கம்.

பையைக் கொடு....நான் கிளம்பறேன்....என்று நிற்கும்போது, சீக்கிரம் காய்கறி வந்தாச் சரி...என்று எடுத்து நீட்டி விடுவாள் சுகுணா.. இவரும் சட்டென்று வெளியேறி விடுவார். காலையில் நடைப் பயிற்சி செய்தது போலும் இருக்கும். அப்படியே வீட்டுக்கும் பயனாகும்.

சமீபமாய்த்தான் இதை அவர் செய்து கொண்டிருக்கிறார். அதற்கு முன் மொட்டை மாடியில் நடப்பதுதான் வழக்கம். அங்கு நடந்த சம்பாஷனைதான் அவருக்கு இந்த ஞானோதயத்தை வழங்கியது.

ஏன் அங்கிள்....மாமி காய்கறி வாங்குறாங்களே...அங்க ரொம்ப

விலை ஜாஸ்தியாச்சே....எப்படி உங்களுக்குக் கட்டுப்படி ஆகுது....? - என்றான் எஸ்-4 வீட்டைச் சேர்ந்த பையன் கரன். சிறந்த திரைப்படங்களைத் தேர்வு செய்து பார்ப்பவன். கூர்மையான அவதானிப்பு உள்ளவன். மாடியில் நடந்து கொண்டே மொபைலில் படம் பார்ப்பான். அது போல் தன் வீட்டிற்கேற்றாற்போல மற்றவற்றையும் தேர்வு செய்வான் போல....!

அவார்டு ஃபிலிமெல்லாம் பார்ப்பீங்களா அங்கிள்....இன்ட்ரஸ்ட் உண்டா? என்றான் ஒரு நாள்.

ஓ! அழகா பார்ப்பனே....ஆங்குர்...நிஷாந்த்....மதிலுகள்., காஞ்சிபுரம்......ன்னு நிறையப் பார்த்திருக்கனே....என்றார் இவரும் உற்சாகம் குன்றாமல்.

அப்போ உங்க வாட்ஸப்புக்கு சில படங்களை அனுப்பறேன்... பார்க்கிறீங்களா...? என்றவன் சொன்னபடியே சில முக்கிய படங்களை அனுப்பி வைத்தான்.

Where is my friends home, The key, அமிதாப் நடித்த *pink,* கமலி ஃப்ரம் நடுக்காவேரி..கடைசி விவசாயி....என்று அந்தப் பையன் உபயத்தில் சில நல்ல படங்களை அவர் பார்த்து ரசித்தார். எல்லாமும் தரமாய் இருந்தன. அதன் மூலம் அவனின் ஆழ்ந்த ரசனை புலப்பட்டது. கண்ட சினிமாவைப் பார்த்து நேரத்தை வீணடிக்காமல் இருக்கிறானே?

கரனின் அந்தக் காய்கறிக் கேள்வி இவரை ரொம்பவும் யோசிக்க வைத்திருந்தது. இது குறித்து அவருக்கும் சுகுணாவுக்குமே அடிக்கடி வாதம் வந்திருக்கிறது. வாதமென்ன...சண்டைதான்...!

பையன் காசுன்னாலும் அதைப் பக்குவமா செலவு செய்ய வேண்டியது நம்ம பொறுப்பு.... - என்றார் ஒரு நாள்.

ஏதாவது சொன்னால்தான் பிடிக்காதே!. எந்தப் பொம்பளை உடனே சரி என்று கணவன் சொல்வதை ஏற்றுக் கொண்டிருக்கிறாள்? உலக நியதியாயிற்றே இது...!

எல்லாம் பக்குவமாத்தான் செலவு செய்தாகிறது....ஃபோன்ல சொன்னா டக்கு டக்குன்னு கொண்டு வந்து வீட்டுல இறக்குறான். கடைப் பக்கம் எட்டிப் பார்க்கணும்ங்கிற அவசியமேயில்லை. வீடுவரை கொண்டு வந்து போடுறவனுக்கு கொஞ்சமாச்சும் கூட லாபம் வேண்டாமா? லேசா விலை அதிகமிருந்தா இருக்கட்டும். அலையாமக் கழியுதில்ல. அதை நினையுங்க...-என்றாள். வீட்டுக்கு வரவழைப்பதில் தாளாத பெருமை...! வச்ச ஆள் மாதிரி...!

நீ சொல்ற “கொஞ்சமாச்சும் லாபம்” - அவன் கடைக்குப் போய் வாங்கினாலும் அவனுக்கு உண்டு. லாபமில்லாம எவனாவது வியாபாரம் பண்ணுவானா? அதையே வீட்டுக்குக் கொண்டு வந்து கொடுத்தா...மேலும் கொஞ்சம் லாபமில்லாமக் கொடுப்பானா? அவனுக்கென்ன கிறுக்கா பிடிச்சிருக்கு பெட்ரோலையும் செலவழிச்சு நஷ்டப்படணும்னு? ஆனா அது நுகர்வோருக்கும் கட்டுபடியாகணுமில்ல...?

ஆமா...வேன்ல கொண்டு வந்து கொடுக்கிறான்...இந்தப் பகுதில நாலஞ்சு வீடுகள்ல ரெகுலரா வாங்குறாங்க....நானும்தான் கவனிச்சனே...?

கவனிச்ச சரி....கடை விலையும், இங்க கொண்டு வந்து கொடுக்கிற விலையும் எவ்வளவு வித்தியாசப்படுதுன்னு என்னிக்காவது நோட் பண்ணியிருக்கியா? மிதமான லாபமா அல்லது கொள்ளை லாபமான்னு ஒரு நாளாச்சும் கவனிச்சிருக்கியா? கடைப் பக்கம் தலை வச்சுப் படுத்திருந்தாத்தானே? எனக்குத்தான் தெரியும்...அங்க என்ன விலை...இங்க கொண்டு வந்து கொடுத்தா என்ன விலைன்னு...! நீதான் பில்லையும், பொருளையும் சரி பார்க்கிறதேயில்லையே?

அவன் எவ்வளவு தன் வியாபாரத்துல கவனமாயிருக்கானோ அது போல பைசா கொடுத்து வாங்குற நாமளும் கவனமாவும், கருத்தாவும் இருக்க வேண்டாமா? ? சும்மா அவன் கொடுக்கிற பில்லுக்கு எடுத்து எடுத்து நீட்டுவியா? ஊரான் வீட்டு நெய்யே... என் பொண்டாட்டி கையேன்னு..... - சற்று உஷ்ணமாகவே கேட்டு விட்டார். அடேங்கப்பா என்னா கோபம்...?

என்ன நீங்க....நம்ம பையன் சம்பாதிக்குற காசுல நம்ம வீட்டுக்கு, நாம பொருள் வாங்குறத...ஊரான் வீடு....அது இதுன்னு அவனைப் பிரிச்சுப் பேசுறீங்க? காதுல விழுந்தா வருத்தப் படப் போறான்..... ஆவன் காசு வேறே...நம்ம காசு வேறேயா...?

ஒரு விஷயம் அல்லது ஒரு பேச்சு எப்படி வேண்டுமானாலும் அர்த்தப் படுத்தப்படும். அதற்கு வேணுங்கிறவன், வேண்டாங்கிறவன்ங்கிற வித்தியாசமே கிடையாது. ஒரு பேச்சுக்கு சொல்வது என்பதெல்லாம் சும்மா...! அன்றாட வாழ்க்கையில் உறவுகளோடு இயல்பாக, போகிற போக்கில், பேச்சு வழக்கில் இப்படி எத்தனையோ பேசிக் கொள்வோம். அதையெல்லாம் குத்தமாக எடுத்துக் கொள்ள முடியுமா? சொல்லுக்குச் சொல் கணக்கில் கொண்டால்...கதை கந்தல்தான்...!

நீ எவ்வளவு கொடுக்கிற, வாங்குறங்கிறது அவனுக்கென்ன தெரியும்? வெண்டைக்காய் கிலோ என்ன விலைன்னு கேளு...

சொல்றானா பார்ப்போம்? வேண்டாம்...ஒரு தேங்கா விலை கேளு...அதாச்சும் தெரியுதா பார்ப்பம்...! ஆள விட்டாச் சரின்னு உன் பையன் இருக்கான்...நீ வேறே....!

என்னை நம்பித்தானே கொடுத்திருக்கான்....உங்களை நம்பியில்லையே?

இது வேறே பீத்தப் பெருமையா...? நான் சுங்கம் பிடிப்பேன்னு நினைச்சிருப்பான். சிக்கனம் பண்ணி அவனுக்குத்தான் கொடுப்பேன். நானா எடுத்துக்கப் போறேன்? உனக்கும் எனக்கும் உள்ள முக்கிய வித்தியாசமே அதுதான்...! உன்னை நம்பி ரூபாய்க் கட்டைத் தந்து வச்சிருக்கான். நீ உருவி உருவிக் கொடுத்திட்டிருக்கே...! கொஞ்சமாச்சும் மனசாட்சி வேண்டாம்? இதுக்கெல்லாம் கஷ்டப்பட்ட குடும்பத்துலர்ந்து வந்திருக்கணும்...அப்பத்தான் காசோட அருமை தெரியும். நாலுக்கும் ரெண்டுக்கும் பஞ்சாப் பறந்த காலம் போய் இப்ப பறக்க விடுற காலமாப் போச்சு...! இஷ்டம்போல சூரை விட்டிட்டிருக்கே...! பையனுக்கு சிக்கனத்தை நாம கத்துக் கொடுக்காம வேறே யார் கத்துக் கொடுப்பாங்க..? ரோட்டுல போறவனா சொல்லுவான்...?

அநாவசியமாப் பேசாதீங்க....எங்களுக்கும் பொறுப்பா இருந்துக்கத் தெரியும்...இந்தக் கொரோனா வந்த காலத்துலேர்ந்துதானே இந்த வழக்கம் வந்திச்சு...அதுக்கு முன்னாடி நீங்கதானே போய் வாங்கிட்டு வந்திட்டிருந்தீங்க...இப்பத்தான் கொரோனா போய்டிச்சில்ல... மாஸ்க்கை மாட்டிட்டு தெனமும் போய் வாங்கிட்டு வாங்க.... எனக்கு ஒண்ணும் ஆட்சேபணையில்லை.... - ரோஷம்தான் அவளுக்கு. ஏதோவோர் மன உறுத்தலில் சட்டென்று மடை மாற்றி விடுகிறாள். ஒருவேளை அவளுக்கே இப்படி அள்ளிக்கொண்டு போகிறதே என்று தோன்றியிருக்கலாம். மனதிலுள்ளதை எப்படி அறிய முடியும்?

என் தலையில் விழுந்தது பொறுப்பு. பரவாயில்லை...மாடியில் நடப்பதை வெளியில் நடப்போம் என்று நானும் கிளம்பித்தான் விட்டேன். ஆனாலும் அந்தப் பக்கத்து வீட்டுப் பையன் கரன் சொன்னது பலமாய் உறுத்துகிறதே...? மாசம் கூடி இப்படி டோக் டோக்காய் பணத்தை அள்ளி விட்டுக் கொண்டிருந்தால் எப்படி?

நீங்க உங்க வழக்கமான கடைக்கு நேர்ல போய் வாங்கினாலும், அங்கயும் விலை ஜாஸ்திதான் அங்கிள்...அந்தக் கடைல நானும் வாங்கியிருக்கனே...!.அநியாய விலை போடறான்...அதனாலதான் ஏன் இவ்வளவு காசு இழக்கணும்னு கேட்டேன்....கூட நாலு எட்டு வச்சு மெயின் ரோட்டுக்குப் போயிட்டீங்கன்னு வச்சிக்குங்க...அங்க

டெட் சீப்....மொத்தமே முன்னூறு ரூபாய்க்குத்தான் வாங்கினேன். ரெண்டு பை நிறைய...ஒரு வாரத்துக்கு வரும் எங்க வீட்டுக்கு....

அவர்கள் வீட்டிலும் நாலு மெம்பர்தான். ஆனாலும் சலிக்காமல் தினமும் ரெண்டு காய் வைப்பாளே சுகுணா! அங்கு எப்படியோ? எப்படியானாலும் விலை அதிகம் என்பது... பொதுவான நியதியாயிற்றே?

இவனென்ன இப்படிச் சொல்கிறான்? அவ்வளவு கொள்ளையா அடிக்கிறான் அவன்? ஆள் வசமா மாட்டிச்சுன்னு தலைல மொளகாய் அரைக்கிறானோ? இவள் என்னடாவென்றால் வாரா வாரம் ஆயிரக் கணக்காகவல்லவா பில் பணம் கொடுக்கிறாள்? பர்சிலிருந்து உருவி உருவியல்லவா நீட்டுகிறாள்? ஆத்தோட போற தண்ணி....அய்யா குடி...அம்மா குடின்னு இருக்கிறாளே? பையன் சம்பாதிக்கும் காசு ஆழும் பாழுமாகப் போகலாமா? அதற்கும் ஒரு கன்ட்ரோல் வேண்டாமா? நாமே அவனுக்கு ஒரு சேமிப்பு வழிகாட்டியாய் இல்லாவிட்டால் எப்படி?

அவன் சொல்வதுபோல் மெயின் ரோட்டுக்கு இவர் போக முடியாதுதான். சாலையைக் குறுக்கே கடந்து எதிர்த் திசைக்குப் போயாக வேண்டும். அங்குதான் அங்கங்கே காய்கறிக் கடைக் கொட்டகைகள். காய் கனி அங்காடி...... பழமுதிர்ச்சோலை என்று பல கடைகள். குறுக்கே வரும் வாகனங்களைத் தவிர்த்துக் கடந்து சென்று வாங்கி வருவது பிரம்மப் பிரயத்தனம். உயிருக்கு உத்தரவாதமில்லை.

யோசித்தார் சிவசு. உன் கடைலயே நேர்ல போய் வாங்கிண்டு வரேன்...எவ்வளவு பணம் மாதங்கூடி மிஞ்சறது பார்....என்று வீராப்போடு சொல்லிவிட்டுக் கிளம்பினார். செய்து காண்பிக்க வேண்டும் என்கிற வெறி புகுந்து கொண்டது அவரிடம். ஆனால் அங்கு போகும் எண்ணம் இல்லை அவருக்கு. மனதில் வெகு நாளாய் இருந்தது வேறு.

பக்கத்து வீட்டுப் பையன் சொன்னதுபோலவே குறைந்த செலவில் ரெண்டு பை காய்கறிகள் நிறைந்து விட்டனதான். மனம் மிகவும் மகிழ்ச்சிப்பட்டது. நல்லவேளை...இந்தக் கட்டத்திலாவது வெட்டிச் செலவைத் தடுத்தோமே...!

அய்யா....நீங்க தெனமும் வாங்குறவுக...உங்ககிட்டப் போய் அதிகமா சொல்வனா....நீங்க வழக்கமா வாங்குற கடை எதுன்னு தெரியும். கவனிச்சிருக்கேன்...எங்கிட்ட வாங்குங்க...சல்லிசாப் போட்டுத் தர்றேன்.......எதுக்கு அநாவசியமா ரோட்டுவரை நடக்குறீங்க... நீங்கபாட்டுக்கு உங்க வீட்டுலயே இருங்க...நான்தான் வருவன்ல....

சத்தம் கொடுப்பனே....அந்த நாலு தெரு சந்திக்கிற முக்குலதான தெனமும் அரை மணி நேரமாவது நிப்பேன்...நிறையப் பேரு வந்து வாங்குவாகளே....!

எல்லாம் சரிதான்....உன்கிட்டயே வாங்கிக்கிறேன்...ஆனா ஒண்ணு.... இந்த ஏரியாவுல நீ இருக்கிற போதே நான் வந்திடுவேன். எனக்குக் கொஞ்சம் காலைல நடந்தாகணும் கட்டாயம்...தெரிஞ்சிதா....ஆறே முக்காலுக்கு வருவேன்...இந்த எடத்துக்கு....உன்னையும் இதே டயத்துக்குத்தானே பார்க்கிறேன் தெனமும்....நீ எல்லாத் தெருவையும் பார்த்திட்டு நம்ம பகுதிக்கு வர எப்படியும் எட்டரை ஒன்பது ஆயிடுதுதானே....அது ரொம்ப லேட்....சொல்றது புரிஞ்சிதா...? குறைச்ச விலைக்கு, நியாயமான லாபத்தோட தரணும் எனக்கு... சம்மதமா? - கேட்டார் சிவசு. நிச்சயம் வழக்கமான கடைக்கு, இங்கே விலை குறைந்துதான் இருக்கும். சந்தேகமேயில்லை. அலைந்து விற்பவனின் உழைப்பு மிகுந்த மதிப்புக்குரியதாச்சே!. பாவம் என்று மனம் இரக்கப்பட்டது. எவ்வளவு காலமாய் அவனும் உழைக்கிறான்?

வாடிக்கையாக ஒரு வாடிக்கை அமைந்ததில் வண்டிக்காரனுக்கும் ஒரு திருப்தி. சரிங்க சாமி.....என்று பலமாய்த் தலையாட்டினான். உண்மையில் அவனுக்கும் நல்ல விற்பனைதான். நயமான காய்கறிகள்தான். விலை மட்டுப்படாமல் சனம் வாங்குமா?

அவன் மீது ஏற்பட்ட கருணையினால்தான் இந்த ஒப்பந்தம். என்ன அசாத்தியமான உழைப்பு? வேகாத வெய்யில் அத்தனையும் அவன் தலையில்..... வியர்வை சொரியச் சொரிய எத்தனை தெருக்களுக்கு இந்த வண்டியைச் சளைக்காமல் தள்ளுகிறான்? தொண்டை கிழியக் கிழிய ஒருவிதமான லயத்தோடு, காய்கறிகளின் பெயர்களை ஒன்று விடாமல் சொல்லிச் சொல்லிக் கூவுகிறான். அந்தக் குரல் கேட்டாலே அவன் வந்தாச்சு என்று புரியும். ஒரு நாள் கூட ஆப்ஸெண்டில்லை.

இப்படி இந்தத் தாய்த்திரு நாட்டில் எத்தனையாயிரம் பேர்கள் வெவ்வேறு தொழில்களில் நம்பிக்கையோடு அன்றாடம் கடுமையாக உழைத்துக் கொண்டிருக்கிறார்கள்? திருட்டு, கொலை, கொள்ளை, ஏமாற்று என்று இருக்கும் வஞ்சக உலகத்தில் எந்தச் சலனத்திற்கும் ஆட்படாமல் இதுதான் மெய் என்று சலிக்காமல் பாடம் சொல்கிறார்களே பலா? உண்மையே கடவுள்...உழைப்பே தெய்வம்...!

மொத்தக் காயும் வித்தாத்தான் வீடு போவேன்யா...எப்டியும் மணி ரெண்டுக்கு மேல ஆயிடும். இடைல எங்கயாச்சும் ஒரே

ஒரு டீ மட்டும் சாப்பிட்டுக்கிடுவேன். அம்புட்டுத்தேன்....ரொம்ப வருஷமா இந்தத் தொழில்தான்யா நமக்கு.....

காலம்பற டிபன்....?

டிபன் கிபன்லாம் ஒண்ணும் கிடையாது? ரொம்பப் பசிச்சா ஒரு பழத்த உரிச்சுப் போட்டுக்கிடுவேன். நேரா மதியச் சாப்பாடுதான்....

நான் அவன் வண்டியையே பார்த்தேன். இரண்டு மூன்று சாக்குகள் மெத்தை போல் விரிக்கப்பட்டு வரிசையாக, கும்மாச்சியாக அடுக்கப்பட்ட காய்கறிகள்....அதில் சாலைத் தூசி படிந்து விடக் கூடாது என்று ஒரு பெரிய அகல பாலித்தின் தாள் போட்டு அழகாக மூடியிருந்தான். வலது மூலையில் சிறிய முருகன் படம். ஒரு முழம் பூ. அருகே எரியும் பத்தி. அதன் சாம்பல் வெளியே விழுவதுபோல் பலகை நுனித் திட்டில் செருகியிருந்தான். படிக்கல் தராசுதான். ஒவ்வொரு முறையும் நிறுக்கும்போது காய் இருக்கும் பக்கமே முள் நின்றதை இவர் கவனித்தார். நிறைஞ்ச மனசு போலிருக்கு...! அவனுக்கு ஒரு டிஜிட்டல் எடைத் தராசு வாங்கிக் கொடுத்தால் என்ன? என்று தோன்றியது.

இந்தா...பிடி....வாங்கியாச்சு.....என்றவாறே காய்கறிப் பைகளை சுகுணாவிடம் நீட்டினார் சிவசுப்ரமணியம்.

ரெண்டு பையையும் எப்படி சுமந்திட்டு வந்தீங்க இவ்வளவு தூரம்...? என்றவாறே வாங்கிக் கொண்டவளின் கை வெயிட் தாளாமல் சட்டென்று தாழ்ந்தது.

நம்ம கடைலதான வாங்கினீங்க...? என்றாள். கவனமாயிருக்கிறாள் பாவி.

அதுலயும் சந்தேகமா? என்றார்.

இல்ல....லேசா வாட்டமாத் தெரியுதேன்னு கேட்டேன்.....!.

இவ்வளவு தூரம் வெயில்ல தூக்கிட்டு வந்திருக்கேன்ல....அந்தச் சூட்டுக்கு பைக்குள்ள கண கணன்னு லேசா சுணங்கியிருக்கும்... அது வாட்டமா? இதுக்கு மேலே என்ன ஃப்ரெஷ்ஷு...? இன்னும் ஃப்ரெஷ்ஷா வேணும்னா மாடில காய்கறித் தோட்டம்தான் போடணும்...!!

பதிலைத் தெளிவாய்ச் சொன்னார் சிவசுப்ரமண்யம். "திட்டமிட்ட" செலவு - என்று அவர் மனம் இரு பொருளில் கூறியது. அப்பன் குதிருக்குள்ள இல்ல.... - எத்தனை நாளைக்கோ....என்றும் அவர் வாய் முனகிக் கொண்டது...!!

11. தேய்(ப்)பவர்கள்

"**து**ணி வாங்கிட்டீங்களா...?" சைக்கிளில் போகும் அவரை, வண்டியில் கடந்த இவன் கேட்டான்.

பின்னால் அடுக்கியிருக்கும் துணி மூட்டைகள் சாய்ந்து விடக் கூடாது. அதுதான் முக்கியம். விழுந்தால் எல்லாம் மண்ணாகிப் போகும். வாஷ் பண்ணிய துணிகள். பிறகு வாங்கி வந்த இடத்திற்கு பதில் சொல்ல முடியாது. பொல்லாப்பு வந்து விடும். ஒரு கையால் அதை ஜாக்கிரதையாய்ப் பிடித்துக் கொண்டே உழட்டிக்கொண்டே ஓட்டிப் போன அவர், 'வாங்கிட்டேன் சாரே...' என்று பதில் சத்தம் கொடுத்தார்.

ஐந்தாறு ஆண்டுகளுக்குப் பின்னும் அவரின் இந்த 'சாரே' மாறாமல் அப்படியே இருந்தது. ஸார் என்பதைத்தான் அப்படி நீட்டுகிறார். இது எந்த ஊர்ப் பழக்கம்? தெரியவில்லை. கொரோனா காலத்திலும் அவரது அயராத உழைப்பு.

ஆனால் ஒன்று. வாங்கிட்டேன் என்ற அந்த பதிலில்தான் எத்தனை உற்சாகம். எவ்வளவு சந்தோஷம்.

'துணி வாங்கிட்டீங்களா?' என்று கேட்டதன் மூலமாக, தான் சொல்லித்தான் இது நடந்திருக்கிறது என்பதாக அவன் புரிந்து கொண்டிருக்கக் கூடும். ஆனால் உண்மையில் அது அப்படியல்லவே? தேவிகா சொல்லியல்லவா அது நடந்திருக்கிறது! அவள் விருப்பத்தை மீறி என்ன நடக்கக்கூடும்?

"நாளைக்குக் காலைல வந்து துணி வாங்கிக்குங்க...அயர்ன் பண்ணிக் கொடுங்க..."

அலுவலகம் விட்டு வருகையில் அவள்தான் சொல்லியிருக்கிறாள். எத்தனை நாள்தான் அவளும் பொறுப்பாள்?

"கஞ்சி போட்டு வைக்கிறேன்...வாங்கன்னு சொன்னேன்... இன்னும் வந்திட்டிருக்காங்க...ஒரு மாசமாச்சு...இன்னைவரைக்கும்

ஆளைக் காணலை...என்ன நினைச்சிட்டிருக்கு அந்தம்மா? கல்யாணத்துக்குப் போறேன்...காட்சிக்குப் போறேன்னா சொல்லிட்டுப் போயிடலாமுல்ல? நாம வேறே ஏதாச்சும் அரேஞ்ஜ் பண்ணிப்போமில்ல? வரேன், வரேன்னுட்டு, ஒரேயடியா வராமயிருந்தா? எனக்கானா உடம்பெல்லாம் எரியுது இந்த வெயிலுக்கு...தாங்க முடியலை...அதான் காட்டன் சேலையைக் கட்டிண்டு போவோம்னு ஒண்ணு ரெண்டுன்னு கஞ்சி போட்டு ஏழெட்டு சேர்த்து வச்சிருக்கேன்...அந்தம்மா என்னைக்கு வர்றது? என்னைக்கு நான் அதைத் தேய்ச்சுக் கட்டுறது? அதுக்குள்ளேயும் சம்மரே கழிஞ்சிடும் போலிருக்கு...இவுங்க வசதிக்கு இஷ்டம் போல வருவாங்க...வச்சிருந்து வர்றபோது தூக்கிக் கொடுக்கணுமோ? அடிக்கிற வெயிலுக்கு பாலியஸ்டர், ஷிஃபான்னு போடவா முடியுது? வியர்வையானா ஊத்துது! உடம்போட ஒட்டிக்கிது... பிச்சுத்தான் எடுக்கணும் போலிருக்கு..."

அவளின் ஆதங்கம் நியாயமானதாய்த்தான் தோன்றியது. ஆனாலும் இன்று ஞாயிற்றுக்கிழமை மட்டும் பொறுக்கலாமோ?

"சும்மாருங்க...என் கஷ்டம் எனக்குத்தான் தெரியும்...நாளைக்கு நா எதைக் கட்டிட்டுப் போறதாம்?"

"வர்றேங்கம்மா...எதிர்த்த வீட்டுக்கு வருவேன். அப்போ உங்க வீட்டுலயும் வந்து துணி வாங்கிக்கிடுறேன்..."

"மறந்துடாதீங்க..."

"அதெல்லாம் மறக்க மாட்டம்மா...நீங்கதான் என்னை மறந்துட்டீங்க...துணி குடுத்துக்கிட்டே இருந்தீங்க...திடீர்னு நிறுத்திப்புட்டீங்க...என்னன்னு தெரில...வருஷம் ஓடிப்போச்சு..."

"அதெல்லாம் ஒண்ணுமில்ல...வாங்க...வந்து வாங்கிக்குங்க..."

இத்தனை நாள் என்னைப் போட்டு என்ன பாடு படுத்தினாள்? அப்பாடா! பிரச்னை தீர்ந்தது.

எனக்கு அந்தப் பழைய சம்பவம் ஞாபகத்திற்கு வந்தது.

"என்னடா, சோர்வா வர்ற?"

"ஒண்ணுமில்லப்பா..."

"ஒண்ணுமில்லன்னா? என்னத்துக்கு மூஞ்சிய உம்முன்னு வச்சிட்டிருக்கே?"

"அதெல்லாமில்லே..."

"என்ன நடந்தது சொல்லு...யூனிபார்மை எங்கயாச்சும் மண்ணுல போட்டுட்டியா?"

"இல்லப்பா...நீ என்னைத்தான் குத்தம் சொல்லுவே...வேறென்ன தெரியும் உனக்கு?"

"பின்னே என்ன பண்ணினே சொல்லு...துணியைத் தேய்க்கக் கொடுத்தியா? இல்லியா?"

"கொடுத்தாச்சு...கொடுத்தாச்சு..."

"எதுக்குடா இம்புட்டு அலுப்பு? வாங்கிக்கிட்டான்ல...?"

"வாங்கிட்டான்...வாங்கிட்டான்..."

"அப்புறமென்ன?"

"அந்த ஆளு ரொம்ப அல்ட்ராம்ப்பா..."

"என்னது அல்ட்ரானா? இதென்ன பாஷைடா? அப்டீன்னா?"

"அப்டீன்னா...கிராக்கி பண்ணிக்கிறான்னு அர்த்தம்...இல்லடா கண்ணு..." தேவிகா.

"என்ன கிராக்கி பண்றான்? தேய்க்க முடியாதுங்கிறானா? வாங்கிட்டான்ல..."

"இதுக்குத்தான் சொல்றது...வீட்லயே அயர்ன் பண்ணிக்கலாம்னு... யாருக்கும் முதுகு வளைய மாட்டேங்குது..."

"எனக்குத்தான் வளைய மாட்டேங்குது...நீ கொஞ்சம் வளைச்சுப் பார்க்க வேண்டிதானே..."

"நாந்தான் தெனமும் சமையக்கட்டுல வளைச்சிட்டிருக்கேன்ல... இதுக்கு நீங்கதான் வளைக்கணும்..."

"உங்க சண்டைய விடுங்கப்பா...இந்த ரெண்டு துணியத் தூக்கிட்டு மாங்கு மாங்குன்னு அங்கேயிருந்து வந்திட்டியாக்கும்ங்கிறாம்ப்பா அவன்..."

தேவிகா அவனை இழுத்து அணைத்துக் கொண்டாள். தலையை வருடிக் கொடுத்தாள்.

"அப்டியா சொன்னான்? என்ன திமிர் அவனுக்கு...?" தேவிகாவின் ஓங்கிய குரல்.

படபடத்த அவளை அமைதியாக் நோக்கினேன் நான். 'சரி... சரி...விடு...'

“என்ன நீங்க..விடுங்கிறீங்க...? துணி தேய்க்கக் கொடுத்தா பேசாம வாங்கிக்கிட வேண்டிதானே அவன் வேலை...அத விட்டிட்டு இதென்ன பேச்சு...”

“ஏய்...நீ என்ன? இதுக்குப் போயி இவ்வளவு டென்ஷனாரே? ஒவ்வொரு சமயம் அப்டித்தான்...அவன் என்ன டென்ஷன்ல இருந்தானோ...அன்றாடங் காய்ச்சி அவன்...ஏதோ சின்னப்பயதானேன்னு சொல்லியிருப்பான்...இதெல்லாம் ஒரு குத்தமா? இந்தக் கொரோனா காலத்திலும் இப்டி உழைக்கிறானே வீட்டோட முடங்காம?

“அதெப்படிங்க...அவசரத்துக்குத்தானே இந்த ரெண்டு துணி? யாராச்சும் பத்திருபதுன்னு தூக்கிக் கொடுத்தனுப்புவாங்களா? வீடு வீடா அவன் வந்துதானே வாங்கிக்கிறான்? தூக்கிட்டுப் போய்க் கொடுக்கிறோம்னா அதை அவசரம்னு புரிஞ்சிக்க வேண்டாமா? இப்டியா பேசுறது? ஒரு நாளைக்கு ரெண்டு துணி கொடுத்தா அதென்ன இளப்பமா? கேவலமா? எல்லா நாளுமா பத்திருபதுன்னு கொடுக்க முடியும்? ரெண்டே ரெண்டு. அதுவும் யூனிபார்ம்னுதானே கொடுத்தனுப்பினது? வாடிக்கையான அவன் இதைச் சொல்லக் கூடாதுல்ல...? ரெண்டு துணிக்கான காசு பத்து ரூபான்னா அது பணமில்லியா? அதுக்கு மதிப்பில்லியா? எந்த வீட்லயும் இந்த மாதிரி என்னிக்காச்சும் ரெண்டு துணி கொடுத்தே இருக்க மாட்டாங்களா? எல்லாரும் எப்பவும் இருபது, முப்பதுன்னுதான் துணி கொடுப்பாங்களாக்கும்? அப்பத்தான் இவுரும் வாங்குவாராக்கும் அய்யா? இதெல்லாம் வேண்டாத பேச்சில்ல?”

அசந்து போனேன் நான். இதற்கு இவ்வளவு அர்த்தங்களா? வாயடைத்துப் போனேன்.

“எப்பவுமே ஒருத்தரையே சார்ந்து இருந்தா இப்படித்தாங்க... இதெல்லாம் வரத்தான் செய்யும்...இதுக்கு ஒரு வழி பண்ணினாத்தான் ஆகணும்...”

சொன்னாள். சொன்னதுபோல் செய்தும் விட்டாள்.

எங்கு போய் ஆளைக் கூட்டி வந்தாளோ? எப்படித் தேடிக் கண்டு பிடித்தாளோ? யாரிடம் சொன்னாளோ? தெருக் கோடியில் பரந்த மரத்தடியில் ஒரு அயர்ன் வண்டி. ஆளா இல்ல...? அவளே சொல்லிக் கொண்டாள்.

ஏம்மா துணி கொடுக்கலை...? அவனும் கேட்கவில்லை.

எத்தனை வருடங்கள் ஓடிப் போயின? வாசலில் வண்டியை

ஸ்டான்ட் போட்டு பூட்டிவிட்டு அறைக்குள் நுழைந்தவன்தான்... அதற்குள் அந்தச் சத்தம்.

“யம்மா...”

“யாரு...?”

“அயர்னுங்க ஸார்...”

“அயர்னா? வாசலுக்கு வந்து எட்டிப் பார்த்தேன்.

“அடடே...! நீங்களா? வாங்கம்மா...”

“ஆமாங்கய்யா...துணி தர்றீங்களா...?”

“துணியா...ஓ..தர்லாமே...தேவிகா...ஏய் தேவி....! அந்தம்மா வந்திருக்காங்க...” பதட்டத்தில் என்னவோ சொன்னேன். இதென்ன கஷ்டம் ஆக்கப் பொறுத்து ஆறப் பொறுக்காத கதையாய்...

“துணி இல்லன்னு சொல்லுங்க...” உள்ளேயிருந்து சைகை மூலம் தெரிவித்தாள்.

“துணி இல்லியாமேம்மா...”

“இல்லீங்களா...? சரிங்கய்யா...எங்கண்ணாச்சிக்கு ஒடம்பு முடில..... கொரோனா வந்திருச்சு...புள்ளைகளப் பார்த்துக்க ஆளில்ல...... அதுக்குப் போயிட்டேன்...அதான் வரமுடிலீங்கய்யா...”

“அப்டியா? ஒரு மாசம் போல ஆச்சு போலிருக்கு?”

“ஆமாங்கய்யா...எங்க அத்தைட்டக் கூடச் சொல்லி விட்டிருந்தேன்... வெவரம் சொல்லிப்புடுன்னு...அது வீடு தெரிலன்னு திரும்பி வந்திடுச்சி.... ...அடுத்த வாரம் வாரேன்...எடுத்து வச்சிருங்க... தேய்ச்சுத் தாரேன்...இதான்யா எங்க பொழப்பே...விட்ர முடியுமா? ” சொல்லி விட்டு நகர்ந்தது அது.

உள்ளே வந்தேன். அவரவர் பாடு அவரவர்க்கு. ஒரு சின்ன வருமானம் என்றாலும் விட முடிகிறதா? சிறுகச் சிறுக காசு பார்த்துத்தான் ஜீவனமே...! அன்றாடப் பாடு..பட்டால்தான் தெரியும் .! பாவம்தான்...!

துணிகளை அந்தாள்ட்டக் கொடுத்தாச்சுன்னு சொல்ல வேண்டிதானே? ஏன் இப்படிப் பயப்படுறீங்க...?”

“எனக்கு பயமான்னு கேட்குறியே? நீ வந்து சொல்ல வேண்டிதானே? உள்ளேயிருந்து சைகை காண்பிக்கிறே?”

எனக்கு பயமா? எதுக்கு? பயமா? அல்லது தயக்கமா?

மீண்டும் வாசலில் சத்தம்.

“அய்யா...அம்மா கஞ்சி போட்டு எடுத்து வைக்கிறேன்னு சொல்லியிருந்தாகய்யா பாவம்...சேலைக இருக்குதான்னு கொஞ்சம் கேட்டுச் சொல்லுங்கய்யா...”

“சொல்லுங்க...சொல்லுங்க...சொல்லிடுங்க...” உள்ளேயிருந்து விரட்டினாள் தேவிகா.

“நீங்க வரலேன்னுட்டு அடுத்த தெருவுல ஒருத்தர் இருக்காருல்ல... அவர்ட்டக் கொடுத்து வாங்கியாச்சு...”

“அப்டீங்களா? ஆகட்டுங்கய்யா...பரவால்ல...அடுத்த வாரம் வாரேன் எடுத்துவச்சிருங்க...தேய்ச்சுக்கொடுக்கிறேன்...என்னங்கய்யா... கண்டிப்பா வந்திடுறேன்...இனி எந்த வேலையுமில்ல...மறக்காம எடுத்து வச்சிருங்க...அம்மாட்டச் சொல்லிடுங்க...உள்ளாற வேலையா இருக்காக போலிருக்கு...இந்தக் கொரோனா பல வகைல கஷ்டப்படுத்திருச்சிய்யா...நிறைய வாடிக்கைக இல்லாம ஆயிடுச்சி...பாதிக்குப் பாதி வருமானம் போச்சு...நம்மம்மா என்னைத் தவிர வேறே யார்ட்டயும் கொடுக்க மாட்டாக...நாந்தேன் வந்து வாங்கிட்டுப் போவேன்...அவுக சொல்றப் பிரகாரம் தெளிவா அயர்ன் பண்ணிக் கொடுப்பேன்...அதுனால எங்கிட்டத்தான் கொடுப்பாக...அம்மாட்ட மறக்காமச் சொல்லி வையுங்க சாமி.... அடுத்த ஞாயித்துக்கெழம வந்திடுறேன்...ஒவ்வொரு வாடிக்கையா கொறையுது தெய்வமே...நீங்களும் கைவிட்ராதீக....”-தழுதழுக்கும் குரல் என்னை நெகிழ்த்தி விட்டது. காலமெல்லாம் உழைத்து உழைத்து உருக்குலைந்து தேயும் இம்மாதிரி எத்தனை மனிதர்கள் இந்த உலகில்?

எவ்வளவு நம்பிக்கை? எங்கிட்டதான் கொடுப்பாக...எங்கிட்டதான் கொடுப்பாக....எத்தனை தடவை சொல்லும் இதை? பாவமாய் இருந்தது எனக்கு.என் வறுமை கலந்த ஆரம்ப கால வாழ்க்கை ஞாபகம் வந்து மனசைக் குடைந்தது. தளர்ந்த நடையோடு போய்க் கொண்டிருக்கும் அந்தப் பெண் வறுமையின் அடையாளமாய்....! அட கடவுளே! கடைசியில் பழி எனக்குத்தானா? கூடவே இதுவும் உறுத்த ஆரம்பித்தது.

அடுத்த வாரம் யாரிடம் கொடுப்பது? சட்டென்று வந்து விழுந்த கேள்வி.

“யம்மா...அயர்ன் துணி கொண்டு வந்திருக்கேன் தாயீ...”வாசலில் அவன் குரல்!!

ഌഌ

12. எடை

எதிர்த்தாற்போல் நாற்காலியைப் போட்டுக்கொண்டு அதையே பார்த்துக்கொண்டிருந்தார் நாகசாமி. கலைந்து கிடந்த செய்தித் தினசரிகளைப் பிரித்து அடுக்கிக்கொண்டிருந்தான் அவன். அடுக்க அடுக்க அந்த வரிசை தந்த அழகு இவருக்குப் பிடித்திருந்தது.

எதையுமே ஒழுங்காகச் செய்தால் அது எத்தனை அழகு பெறுகிறது? ஒரு விஷயம் சீராக இருப்பதில்தான் என்ன ஒரு கம்பீரம்?

"உங்க கடைல பார்த்திருக்கேன் அமாவாச...சைடு ரேக்குல பேப்பர்களக் கட்டிக் கட்டி நீங்க அடுக்கியிருக்கிற ஒழுங்கிருக்கே அந்த அழகே தனி. கோடு போட்டமாதிரி ஓரமெல்லாம் கரெக்டா நிக்க, கட்டி ஏத்தியிருக்கீங்களே...அத எவனும் கவனிக்காம இருக்க முடியாது! படு சுத்தமால்ல இருக்கு உங்க கடை வேலை...?"

"சுத்தம்ங்கிறதவிடங்கய்யா அப்டி வச்சாத்தான் அந்தப் பத்துக்குப் பத்து ரூம்ல நிறைய வைக்க முடியுமுங்க...கடைக்குள்ளார வந்து பார்த்தீங்கன்னா தெரியும். மேலே உத்திரத்துல இடிக்கிறவரைக்கும் அடுக்கியிருப்போம். மூட்ட மூட்டயா இப்டி வாங்கிட்டுப் போறோம்ல, அதக்கொண்டு எறக்கினவுடனே காசக் கொடுத்திறமாட்டாரு மொதலாளி...எடையப்போட்டு அடுக்கிட்டுப் போடாம்பாரு... இல்லன்னா ஒரு ஒழுங்குக்கு வராதுங்க...கம்பனிக்கு அனுப்பறவரைக்கும் நாங்கதாங்க பொறுப்பு. எங்க எல்லாரையும் கட்டி மேய்க்கிறதே பெறும் பாடுங்க அவுருக்கு..."

"ஏன் அப்டிச் சொல்றே?"- நாகசாமிக்கு ஆர்வம் மேலிட்டது. நாம் சம்பந்தப்படாத பலவற்றில் நிறைய விஷயங்கள் இருக்கின்றன என்று தோன்றியது.

"நாங்க ஏழெட்டுப் பேர் இருக்கமுங்க அவுருக்கு. எங்க பிடிய விட்ரக் கூடாது முதல்ல. அத விட ஏரியாதாங்க ரொம்ப முக்கியம். வருமானவரி ஆபீசுக்கு இந்தப் பக்கம் இருக்கிற பகுதி பூராவும் நம்முளுதுதானுங்க...எங்களத் தவிர யாரும் நுழைஞ்சிட முடியாது.

நுழைஞ்சிடக் கூடாதுங்கிறதுல ரொம்பக் கவனமா இருப்பாருங்க. நாங்களெல்லாரும் எல்லா ஏரியாவுக்கும் போயிட்டு வருவோமுங்க... நீங்க நல்லாக் கவனிச்சிருந்தீங்கன்னா தெரிஞ்சிருப்பீங்க... தெனந்தெனம் இந்தத் தெருவுல என்னமாதிரிப் பலரும் போறதப் பார்த்திருப்பீங்க...அவுக பூராவும் நம்ம ஆளுகதானுங்க...பின்னாடி சாக்கக்கட்டிக்கிட்டு அவுக பாட்டுக்கு ராகம் போட்டுக்கிட்டுப் போய்க்கிட்டேயிருப்பாங்க...யார் போனாலும் வந்தாலும் நீங்க எங்கிட்டத்தான் போடுவீங்கன்னு ஒண்ணு இருக்கு...அது வேற விசயம்...அதுதான சார் பழக்கமுங்கிறது?"

"அப்றம் எப்டி அமாவாச...வேறே ஆள்ட்டயா போடுறது? எனக்கு நீங்கதான் வரணும்...வீட்டுல கூட அவசரப்படுத்துவாங்க.. யார்ட்ட போட்டா என்னன்னு? எடம் ஒழிஞ்சாச் சரிங்கிறது அவுக சொல்றது...ஆனாலும் .நான் மாட்டனே...நீங்க வரட்டும்னுதான் சொல்லுவேன்..."

அமாவாசையின் முகத்தில் ஒரு பெருமிதமும், சந்தோஷமும் படர்வதைப் பார்த்தார் நாகசாமி. வெறும் பெருமைக்காகவோ, மெப்பனையாகவோ வந்த வார்த்தை அல்ல அது. ஆத்மார்த்தமாய் வந்தது.

அதே போலத்தான் மற்றவர்களுக்கும் வாடிக்கை வீடுகள் இருக்கும் என்பது அவனுக்குமோ அல்லது தனக்கோ தெரியாததல்ல. ஆனாலும் அந்தப் பகுதிக்கு வீடு கட்டிக் குடி வந்தது முதல் அமாவாசையிடம்தான் போடுகிறார் அவர். அவரை ஈர்த்தது அவன் கொடுக்கும் குரல். ஒவ்வொரு தொழில் செய்பவரிடத்திலும் ஒவ்வொரு வகையிலான தன்மை என்பது இருக்கத்தான் செய்கிறது. அதை அவர்கள் விடாமல் கடைப்பிடிக்கிறார்கள். அதுதானே?

அந்த வீதியில் காய்கறி விற்பவரிலிருந்து பால், பேப்பர், பிளாஸ்டிக் சாமான்கள், உப்பு, கோலப் பொடி, வெங்காயம், தேங்காய், ஐஸ்கிரீம், என்று பலதையும் விற்றுக் கொண்டு வரும் ஒவ்வொருவரிடமிருந்தும் ஒவ்வொரு விதமான ஒலி அழைப்பினைக் கண்ணுற்றிருக்கிறார் இவர். தங்களை, தங்கள் வரவினை அடையாளப்படுத்துவதற்காக. அத்தனையும் ரசனைக்குரியவைதான். எல்லாவற்றிலும் ஏதோ ஒரு ராகத்தின்,சங்கீதத்தின் இழை தொற்றிக் கொண்டு மிதப்பதாகவே தோன்றும் இவருக்கு.

"மீனு,,,மீனோய்...மீனு...மீனோய்...கெண்ட...கெளுத்தி...இரா... அயிர மீனோய்...."

"அய்யய்ய...என்னங்க இது? இதெல்லாம் வருது இங்கே? உவ்வே..."

அந்த வார்த்தைகளுக்கே வாயிலெடுத்து விடுவாள் போலிருந்தது.

முன்பிருந்த அடுக்குமாடிக் குடியிருப்பின் மூன்றாம் தளத்தில் இந்த மாதிரிச் சத்தமெல்லாம் கேட்டதில்லை அவள்.

"கௌசல்யா, சுப்ரஜா, ராம பூர்வா, சந்யா.. ப்ரபப்ததே.... உச்சிஷ்ட நரசாம்...".என்பதோடு சரி. பக்கத்து வீட்டுச் சத்தம் கூட காதில் விழ வழியில்லை. அதுதான் தனித் தனிப் புறாக் கூண்டுகள் ஆயிற்றே?

"வீதின்னா எல்லாமும் வரத்தான் செய்யும்...எல்லாரும் கலந்துதானே குடியிருக்கோம்..."

பட்டுப் பட்டென்று சன்னல் கதவுகளைச் சாத்துவாள் நாகலட்சுமி.

"என்ன...என்னாச்சு?" என்பார் இவர் பதறிக்கொண்டு.

"உங்களுக்கு மூக்குப்பொடி போட்டுப் போட்டு மூக்கே அடச்சுப் போயாச்சு...எந்த வாசனையும் தெரியறதில்லே...வீடம்புட்டும் ஒரே பொடி நாத்தம்...முதல்ல அத நிறுத்தப் பாருங்க..."

"சரி சரி...முயற்சி பண்றேன்...அதுக்கு ஜன்னல எதுக்கு சாத்துவானேன்?"

பக்கத்து வீட்ல என்.வி. சமைப்பாங்க போலிருக்கு...ஒரே நாத்தம் தாங்க முடியலை...ஜன்னல்கிட்டப் போய் மூக்கை வச்சுப் பாருங்க... அப்பவாவது வாடை தெரியுதா பார்ப்பம்..."

"அதுக்கென்ன பண்றது? எல்லாந்தான் இருக்கும்...அப்டிப் பார்த்தா உன் பேர்லயும் என் பேர்லயும் இருக்கே நாகம்...அதையே உரிச்சு சமைச்சு சாப்பிடறவா இருக்கா தெரியுமோல்லியோ... உணவே கிடைக்கலேன்னு வச்சிக்கோ...மனுஷன மனுஷனே அடிச்சிக் கூடத் தின்னுடுவான்...நடந்த கதையெல்லாம் இருக்கு... உட்கார்ந்து கேட்கறியா...சொல்றேன்..."

"போதும்...இப்டித்தான் எதுக்கோ எதையோ சொல்ல ஆரம்பிச்சிடுவீங்க...உங்க ஜெனரல் நாலெட்ஜ் எல்லாம் உங்களோடவே வச்சிக்குங்க...எனக்கு வேண்டாம்..."

நாகசாமிக்கு நாகலெட்சுமி என்ற பெயரே பிடித்துப் ப்போய்த்தான் கல்யாணம் கட்ட சம்மதித்தார். "நீ பார்த்திட்டேல்ல... நீ பார்த்திட்டேல்லம்மா...முடி....கல்யாணத்த முடிங்கிறேன்..." என்று படிக்காத மேதை ரங்கன் பாணியில்தான் அவர் சம்மதம் தெரிவித்தார். அதை நினைவு கூறும் தன் தந்தையை அடிக்கடி நினைத்துக் கொள்வார் இப்போது.

"அது எப்படிரா...சம்மதிச்சே? நாங்கூட ஓங்கம்மாவ அவளுக்கே தெரியாம அடிக்கடி கோயிலுக்குப் போயிப் பார்த்துத்தான் உறுதி செஞ்சேன்...எம் பிள்ள நீ இப்படியிருக்கியே?"

"நா உங்களப் போலல்லப்பா...எங்க அம்மாவப் போல...அவுங்க உங்களையே சம்மதிச்சிருக்காங்களே...அதுக்கு மேலயா?"

"அடி செருப்பால...திமிரெடுத்த பயலே...'"

"விடுங்க...அவனென்ன உண்மையைத்தானே சொல்றான்... அதுக்கேன் உங்களுக்கு இம்புட்டுக் கோவம் வருது..."

"கோபமில்லடி கோபமில்ல...எல்லாம் ஒரு விளையாட்டுத்தான்... அவன் என்னைக் கேலி பண்றதுனால நானென்ன குறைஞ்சா போயிடப் போறேன்? அது ஒண்ணுமில்லே...என் கோபமெல்லாம் உன்னைக் கல்யாணம் பண்ணின அன்னியோட போயிடுச்சு... பையன் தோளுக்கு மேலே என்னிக்கு வளர்ந்தானோ அன்னைக்கு சுத்தமா வடிஞ்சு போச்சு...பிடிக்காதவங்க ரெண்டு பேர் சேர்ந்து பிடிச்சதா ஆக்கிக்கிறதுதானே இந்த வாழ்க்கையே...!

"பரவால்ல...அப்படியாச்சும் ஒரு நல்லது நடந்திருக்கே..."

நாகலெட்சுமியோடு பேசும்போதெல்லாம் சுவாரஸ்யம் பிய்த்துக்கொண்டு போகும் இவருக்கு. பொதுவாக ஒரு வீட்டில் உள்ள ஆம்பிளைகளுக்குத்தான் நகைச்சுவை உணர்வு உண்டுன்னு பார்த்திருக்கேன், கேள்விப்பட்டிருக்கேன்...இங்க நீயே இந்தப் போடு போடுறியே..." என்று மனைவியின் வாத்சல்யத்தை வாய்விட்டு அடிக்கடி புகழ்ந்திருக்கிறார் இவர். ஒருவருக்கொருவர் கிண்டலடித்துக் கொள்வதைப் பார்த்து பையனே விழுந்து விழுந்து சிரித்திருக்கிறான்.

'சர்தான், ரொம்பக் கேலிக்கூத்தான குடும்பம் போலிருக்கு...' என்று அதையும் ஒரு மூன்றாம் நபர் சொல்வதைப் போலவே சொல்லிச் சிரித்துக் கொள்வார் இவர்.

'எனக்கு மட்டும் நகைச்சுவையுணர்வு இல்லையென்றால் என்றோ நான் தற்கொலை செய்து கொண்டிருப்பேன்' - சொன்னார் மகாத்மாகாந்தி. அந்த உணர்வு மனசை எவ்வளவு லேசாக்கி விடுகிறது?

வாய்விட்டுச் சிரித்தால் நோய் விட்டுப் போகும். எவ்வளவு அழகாய்ச் சொல்லி வைத்திருக்கிறார்கள். இந்தச் சிரிப்பு என்கிற மா மருந்துதான் தன்னை இதுநாள்வரை நோய் அற்றவனாக நிறுத்தி வைத்திருக்கிறதோ என்னவோ?

"அப்பா, நீங்க சிரிச்சா பழைய புராணப்படங்கள்ல வர்ற ராட்ச்சசன் மாதிரியே இருக்குப்பா..." - ஒரு நாள் சொல்லியே விட்டான் பையன். அதுநாள் வரை சொல்ல முடியாமல் மனதுக்குள்ளேயே வைத்திருந்தான் போலிருக்கிறது.

கொஞ்சம் ஓவர்தான் என்று தோன்றியது இவருக்கு. ஆனாலும் சமாளித்துக் கொண்டார் உடனே.

"நீ உங்க தாத்தா, கொள்ளுத்தாத்தா, எள்ளுத்தாத்தா சிரிப்பெல்லாம் பார்த்ததில்லையே...காண்பிக்கிறேன் பாரு..." என்றார். சொன்ன கையோடு உள்ளே டிரங்குப் பெட்டிக்குள் பாட்டி கையால் பத்திரப்படுத்தி வைத்திருந்த இரண்டு மூன்று புகைப்படங்களை எடுத்துக் காண்பித்தார்.

காண்பிக்கும் முன் ஒரு கண்டிஷன் போட்டார். போட்டோவைப் பார்த்துப் பயந்து கொண்டால் தான் பொறுப்பில்லை என்று.

"என்னப்பா இது! அனிமல்ஸ் மாதிரியே இருக்காங்க எல்லாரும்..." என்றான் எடுத்த எடுப்பில். என்னவோ சொல்லிவிட்டுப் போகட்டும் என்று அமைதி காத்தார் அவர்.

"எவ்வளவு பெரிய மூக்கு, எவ்வளவு பெரிய மண்டை, எவ்வளவு பெரிய காது, எவ்வளவு பெரிய கண்ணு, அடேங்கப்பா...என்னப்பா இது பல்லெல்லாம் இம்புட்டுப் பெரிசா இருக்கு? அப்பாடீ....!!"

"வாய் விட்டுச் சிரிக்கிறார் பாரு, அதான் உங்க தாத்தாவாக்கும்... என் கல்யாணம் முடிஞ்சு உறாய்யா உட்கார்ந்து தாம்பூலம் தரிக்கிற நேரம் அது...வெத்தலைச் செல்லத்துல எம்புட்டு வெத்தல இருக்கு பார்த்தியா? அதுகூட கனக் கரெக்டா விழுந்திருக்கு பாரு..."

"ஆடு கொழை தின்ன மாதிரி வச்சுத் திணிப்பாங்க போலிருக்கு..."

"கல்யாணத்துக்கு முன்னாடி உங்க அப்பா சிரிச்சிருந்தார்னு வச்சிக்கோ...நிச்சயம் நானும் இங்க இருந்திருக்க மாட்டேன்... நீயும் வந்திருக்க மாட்டே....என்ன பண்றது? எல்லாம் தலவிதி... லிபி...நெத்தில அழுத்தமாத்தான் எழுதியிருக்கு...இப்படிக் குப்பை கொட்டணும்னு..."

மூவரும் அன்று வாய்விட்டுக் கைகொட்டிச் சிரித்தனர். எப்பொழுதும் அப்படிச் சிரித்துக்கொண்டேயிருந்தால் போதுமா? ஆக வேண்டிய காரியங்கள்?

"இப்டீ சேர்த்து வச்சிட்டேயிருந்தா என்னைக்குத்தான் இந்தக் குப்பைகளையெல்லாம் ஒழிக்கிறது? எவ்வளவு தூசி அடையறது? இதையெல்லாம் ஒழிக்கப்படாதா? " - ரொம்பவும் சங்கடப்பட்டு

நச்சு நச்சென்று தும்மித் தீர்த்தாள் நாகலெட்சுமி.

அவளின் கோரிக்கையை நிறைவேற்றும் முகத்தான் தான் காரியம் ஆகிக் கொண்டிருக்கிறது இப்போது!

"சரிங்கையா...சொல்லுங்க...நிறுக்கட்டுமா...இல்லே இப்டியே ஒரு ரேட் போட்டு எடுத்துக்கவா...?"

"நிறுக்கறதுக்கு என்ன குவிஞ்சா கெடக்கு? என்ன ஒரு ஆரேழு மாசம்தானே ஆகும்? "

இல்லீங்கய்யா...ரெண்டு மூணு மாசம் கூட ஆகலைன்னு நினைக்கிறேன்...பேப்பர் அளவைப் பார்த்தா எனக்குத் தெரியும்ல... அஞ்சு கிலோ கூடத் தேர்றது கஷ்டம்ங்க..."

"சரி எடுத்துக்குங்க..." - சொல்லியவாறே அடுப்படியில் ஒரு பையில் சேர்த்து வைத்திருந்த பால் பைகளையும் கொண்டு வந்து போட்டார்.

இப்படி அவன் வரும்போது ஒழித்தால்தான். வேறு என்னவெல்லாம் கழிக்க வேண்டும் என்று நாகுவுக்குத்தான் தெரியும்.

"கொஞ்சம் இரு வந்திர்றேன்..." என்று விட்டு மாடியைப் பார்த்து ஓடினார். சற்று மிரண்டு பார்க்க ஆரம்பித்தான் அமாவாசை.

"இருங்க...இருங்க...வேட்டை...ஸ்லாப்பை மூடிடாதீங்க...நா பார்க்கணும்..."

அங்கே தண்ணீர் தொட்டியைக் கழுவிக் கொண்டிருந்த வேட்டையனைத் தடுத்தார் நாகசாமி.

"நீங்க பார்க்காம மூட மாட்டேங்கய்யா..."

"மதியம் மூணு மணி வரைக்கும் தொட்டி திறந்தே இருக்கட்டும்... சூரிய ஒளில அப்பதான் அந்த மக்கு வாடையெல்லாம் போகும்... சுண்ட காயட்டும்..."

"அப்போ இப்பத் தண்ணி ஏத்தலீங்களா...?"

"ஊஉறீம்...நல்லாக் காய்ஞ்ச பின்னாடிதான்..."

"நீ வேணா ஏத்திக்கோ...காசு தர்றேன்..." வாய் நுனிவரை வந்ததை அடக்கிக் கொண்டார். இந்த அதீத நகைச்சுவையுணர்வு பல சமயங்‌ களில் அதிகப் பிரசங்கித்தனமாகப் போய் விடுகிறது. தண்ணீ போடும் பழக்கம் அவனுக்கு இருக்கும் என்றாலும் அதைத் தான் சொல்வது எப்படிச் சரியாகும்? தன் வீட்டுக்கு வேலைக்கு வரும்போது அப்படி வந்து நின்றால் 'இப்டியெல்லாம் வரக்கூடாது'

எனலாம். உடம்பை ஏன் கெடுத்துக்கிறே? என்று அட்வைஸ் பண்ணலாம். ஆனால் வேட்டையன் அப்படியில்லையே? தன்னிடம் எத்தனை மரியாதை அவனுக்கு?

"அய்யா, நீங்களெல்லாம் இருந்தபோது கிடைச்ச மரியாதையெல்லாம் இப்ப சுத்தமா இல்லைங்க...ஆளாளுக்கு வாய்க்கு வந்தபடியெல்லாம் பேசுறாங்கய்யா...எல்லாமே தலை கீழா மாறிக் கெடக்குதுங்கய்யா..."

"ஏன் அப்டிச் சொல்றே?" - அக்கறையோடு கேட்டார் இவர்.

"என்னத்தங்கய்யா சொல்றது? டூட்டி நேரத்துல ஆபீசரே தண்ணியப் போட்டுட்டு வந்து உட்கார்ந்தா வெளங்குமாங்கய்யா...? பொம்பளைங்கல்லாம் ரொம்பப் பயப்படுறாங்கய்யா...அவர் ரூமுக்குள்ள போமாட்டேங்கிறாங்க...நீங்க இருக்கைல எல்லாத்தையும் வெளக்கிச் சொல்லி நீங்களே அம்புட்டையும் வாங்கிப்புடுவீங்க... இப்பல்லாம் அதில்ல...கொண்டு வையுய்யாங்கிறதோட சரி. கையெழுத்தாகி வந்த அன்னிக்குத்தான் நிச்சயம்..என் ஜி.பி. எப். போட்டு இருபது நாளாச்சுங்கய்யா...இன்னும் காசு கைக்கு வந்தபாடில்ல...என் மவளுக்கு ஒரு மாப்ள பார்த்திருக்கேன்யா...பரிசம் போட்டுடலாம்னு பார்த்தா பைசா கைக்கு வரமாட்டேங்குது... நாள் குறிக்க முடிலங்கய்யா...அதுக்குத்தான் சொன்னேன்...நீங்க வெளியேறைல என்னையும் தயவுசெஞ்சு வெளியேத்திடுங்கன்னு... நீங்க செய்யாமப் போயிட்டீங்க..."

வேட்டையனுக்கு ஒரு மாறுதல் வாங்கிக் கொடுக்க முடியவில்லையே என்பதில் நாகசாமிக்கும் வருத்தம் உண்டு. ஆள் இல்லாமல் அவன் குடும்பம் பரிதவிக்குமே என்ற எண்ணம்தான் இவருக்கு. தனக்கு அவ்வப்போது வந்து வீட்டு வேலை செய்வது தடை படுமே என்ற எண்ணமிருக்குமோ என்று அவனாகவே நினைத்துக்கொண்டு அதையும் வாய்விட்டுச் சொல்லி விட்டான்.

"லீவுல வந்து செய்து கொடுக்கிறேன்யா...அதப்பத்தியெல்லாம் நீங்க ஒண்ணும் நினைக்க வேண்டாம்...அதுக்கு நா பொறுப்பு..." என்று வேறு சொல்லிக் கொண்டான். வாழ்க்கையில் கஷ்டத்தை உணர்ந்தவனுக்குத்தானே மற்றவர்கள் கஷ்டத்தையும் உள் வாங்க முடியும்?

சரி, வாங்க...கீழே போகலாம்..." சொல்லிவிட்டு இறங்கினார் இவர்.

சுற்றிலும் கூட்டி சுத்தம் செய்து செடி கொடிகளை முறைப்படுத்தி தண்ணீர் இறங்கப் பாத்தி கட்டி, சலிக்காமல் ஒவ்வொன்றுக்கும்

ரெண்டு வாளித் தண்ணீராவது ஊற்றி அழகு பார்த்திருந்தார் வேட்டை. அப்பப்பா! வேட்டையன் ஒரு முறை வந்து போனால் வீடு எவ்வளவு திருத்தமாகி விடுகிறது?

கொல்லைப்புறம் சென்று வாளியில் கிடந்த தண்ணீரில் கை, கால் கழுவ ஆரம்பித்தார் வேட்டையன். வாசலில் அமாவாசையை அனாவசியமாய் காக்க வைத்து விட்டோமே என்கிற ஆதங்கத்தில் -

"நேரமாயிடுச்சா...நீங்க பல எடத்துக்குப் போறவரு...உங்களக் காக்க வச்சிட்டனே..." என்றார்.

"இருக்கட்டுங்கய்யா..."சொல்லியவாறே நிறுக்க ஆரம்பித்தான் அமாவாசை.

"எதுக்கு? நாந்தான் வேணாம்னல்ல...!" தூக்கிப் போடுங்க சாக்குல..." என்றார் இவர்.

அமாவாசையின் முகத்தில் மெல்லிய புன்னகை. இதற்குள் நாகு எதை எதையோ கொண்டுவந்து போட்டிருந்தாள் அங்கே.

காலி அட்டைப் பெட்டிகள், பாட்டில்கள், டப்பாக்கள், உடைந்த பைப்கள், இரும்புகள், பழைய செருப்புகள்...என்று என்னென்னவோ இருந்தன.

"இதுக்கு, இந்தப் பால் பாக்கெட்டுகளுக்கு, எல்லாத்துக்கும் சேர்த்து ஒரு ரேட் போட்டுக்கிறேன்யா...பேப்பர் ஆறு கிலோ வருதுங்கய்யா . வேறே ஏதாச்சும் இருக்குங்களா...?"

"அவ்வளவுதான் அமாவாச...ஒரு நாளைக்கு பரண் மேல இருக்கிறதெல்லாம் ஒழிக்கணும்...என்னால ஒத்தையா முடியாது... எனக்கு தூசியும் ஆகாது..."

"உங்களுக்கு என்னைக்குத் தோதுப்படும்னு சொல்லுங்கய்யா,... அன்னைக்கு சரி பண்ணிடுவோம்..." - சொல்லியவாறே அவன் நீட்டிய காசை வாங்கிக் கொண்டார் நாகசாமி.

"நீங்க வந்து எடுத்துக்கிட்டதே பெரிய விஷயம்...ரெகுலரா வர்றீங்க பாருங்க...அதான் வேணும்...காசு பெரிசில்லை...இந்தாங்க பிடிங்க...-இருபது ரூபாயை எடுத்து நீட்டினார் நாகசாமி. டீ... சாப்பிடுங்க..என்றார்.

"இருக்கட்டுங்கய்யா..." என்றவாறே மகிழ்ச்சியோடு வாங்கிக் கொண்டான் அமாவாசை.

வெளியே நின்ற சைக்கிளில் சாக்கு மூட்டையை வைத்துக் கட்டும் சத்தம். அதைத் தொடர்ந்து "போயிட்டு வர்றேங்கய்யா..."

"இந்தா பிடி..." கையிலிருந்த காசை நாகுவிடம் நீட்டினார் நாகசாமி.

"என்னாச்சு...இவ்வளவுதானா?"

"ஆம்மா...வேறே எம்புட்டு வரும்...இது ஒரு காசா...இதையும் அவன்ட்ட வாங்கணுமான்னு இருக்கு எனக்கு...எத்தனையோ வீடுகள்ல பழைய பேன்ட், சட்டைன்னெல்லாம் அப்டியே தூக்கித் தூக்கிக் கொடுத்திடுறாங்க...எடம் காலியானாச் சரின்னு...நாமதான் கணக்குப் பண்ணிகிட்டிருக்கோம்..."

"எல்லாரும் அப்டி இருப்பாங்களா...ஒருத்தர் அப்டீன்னா, ஒருத்தர் இப்டித்தான்...நீங்களும் கணக்குப் பார்க்காம அவனாக் கொடுக்கிறதத்தானே வாங்கிக்கிறீங்க...? எதுவும் கட்டாயப் படுத்திறதில்லையே...?"

"இன்னும் அதுவும் வேறே வேணுமா? அப்புறம் இந்தப் பக்கம் தல வச்சுக் கூடப் படுக்கமாட்டானாக்கும்...கட்டாயப்படுத்தி அப்டி என்ன கோட்டையா கட்டப் போறோம்? சும்மாத் தூக்கிக் கொடுத்தாலும் நாம ஒண்ணும் குறைஞ்சு போகப் போறதில்லையே..."

வாசலில் திரும்ப கேட் திறக்கும் சத்தம்.

"அய்யா...நா வர்றேனுங்க..." வேட்டையனின் விடை பெறும் குரல்.

"கிளம்பியாச்சா...இதோ வந்துட்டேன்..".என்றவாறே பர்சை எடுத்துக்கொண்டு ஓடினார் நாகசாமி. அதிலிருந்து உருவி நூறு ரூபாயை எடுத்து நீட்டினார் அவனிடம்.

"வேண்டாங்கய்யா...இருக்கட்டும்...இதுக்கெல்லாம் காசு வாங்கினா எப்டீ...அம்மா தோச சுட்டுக் கொடுத்தாங்க...நிறையச் சாப்டுட்டேன் அதுவே போதும்..." - சொல்லிக் கொண்டிருக்கும்போதே அவனை மீறி ஒரு பெரிய ஏப்பம் வந்தது வேட்டையனுக்கு. அடுத்த நிமிடம் சைக்களை எடுத்துக் கொண்டு பறந்து விட்டார்.

நாகசாமி அப்படியே திண்ணையில் நின்றிருந்தார்.

"மனுஷாள்தான் பெரிசு...காசா முக்கியம்...? ரெண்டு மணி நேரமா சரியான வேல அவருக்கு...வீட்டைச் சுத்தி எவ்வளவு நீட்டாயிடுச்சி பாருங்க...யார் செய்வா நமக்கு...? காசத் திணிச்சிருக்கப் படாதா? இப்படியா வெறுமே அனுப்புவீங்க...?"

அமாவாசை கொடுத்ததை இவ்வளவுதானா என்றாள். வேட்டையை ஏன் வெறுமே அனுப்பினீர்கள்? என்று கண்டிக்கிறாள்.

இவ்விரண்டிலும் என் தப்பு என்று என்ன இருக்கிறது? இந்தப் பெண்களைப் புரிந்து கொள்ளவே முடியாதைய்யா...? என்றவாறே பொடியை ஒரு சிட்டிகை எடுத்து ஒரு இழுப்பு இழுத்தார் நாகசாமி.

இந்தக் காலத்திலும் இப்டிப் பொடி போடுற ஆளா இருக்கீங்களே? இந்த நாட்டுல இனிமே யாரும் மூக்குப் பொடி போடக் கூடாதுன்னு ஒரு சட்டம் கொண்டு வரணும்.....- உள்ளே நாகலட்சுமியின் குரல் ஓங்கி ஒலித்தது....!!

13. அம்மாசிக் கிழவனும் ஐஸ் வண்டியும்

இரண்டு பர்லாங் தூரத்தில் அந்த மெயின் ரோட்டின் கடைசியில் இருக்கும் அவ்வூர் உயர்நிலைப் பள்ளியை நோக்கித் தன் ஐஸ்வண்டியைத் தள்ளி கொண்டிருந்தான் அம்மாசிக் கிழவன்.

தினமும் காலையில் ஒன்பது மணிக்கு கம்பெனியிலிருந்து வண்டியை எடுத்தானென்றால், மாலை ஏழு மணிக்கு மேல் பொழுது இருட்டின பின்பு தான் திரும்புவான் அம்மாசி. அதற்குள் ஒரு பெட்டி ஐஸையும் விற்றாக வேண்டும். அத்தனையையும் விற்றால் தான் இரண்டு வேளைச் சாப்பாட்டுக்காவது அவனுக்குக் கூலி கிடைக்கும். சில நாள் இது ஒரு வேளையாவதும் உண்டு. ஐஸ்களில் பாதி மீதமாகிப் போகும். ஆனாலும் எப்படியேனும் முழுவதையும் விற்றுத் திரும்புவது தான் அம்மாசியின் அன்றாட லட்சியம். அன்றும் அப்படி நினைத்துத் தான் போய்க் கொண்டிருந்தான் அம்மாசி.

வழக்கமாக அவன் வண்டியை கம்பெனியிலிருந்து வெளியே எடுக்கும் பொழுதே சுள்ளென்று வெயில் தகிக்கும். காலை ஒன்பது மணிக்கு அடிக்கக் கூடிய அந்த வெயில் அம்மாசியின் காய்ந்து போன உடம்பில் ஊசி குத்துவதைப்போல் இறங்கும். இயற்கையின் இந்த இடையூறுகளையெல்லாம் லட்சியம் செய்தால் பிழைப்பு நடக்குமா என்று தன் போக்கில் சுறுசுறுப்பாக இயங்குவான் அம்மாசி.

அன்று வானம் காலையிலிருந்தே மப்பும், மந்தாரமுமாக இருந்தது. ஒரேயடியாக இப்படி இருந்தாலும் ஆபத்தாயிற்றே! வானமும் பூமியும் குளிர்ந்து கிடந்தால் அவன் வியாபாரம் படுத்துப் போகாதா? ஆகவே மனக் கலக்கத்துடனேயே அவனும் போய்க் கொண்டிருந்தான்.

"ஐஸ்.. ஐஸ்.." கழுத்து நரம்புகள் புடைக்க அந்த பள்ளியின் மரத்தடியில் நின்று கூவிக் கொண்டிருந்தான் அம்மாசி.

காலை நேரத்தில் பிரேயர் ஆரம்பிக்கும் முன் சுறுசுறுப்பாக

சற்று வியாபாரத்தைப் பார்த்து விடலாம் பின் இடைவேளை நேரம். பிறகு மாலையில் தான் திரும்பவும் வியாபாரம் சூடு பிடிக்கும். அம்மாசியின் அதிர்ஷ்டமோ என்னவோ எத்தனையோ ஐஸ் கம்பெனிகள் அவ்வூரிலிருந்தும் அவன் விற்பனைக்கு இடையூறு செய்வது போல் எந்தத் தொழிலாளியும் இதுவரை அவன் எல்லைக்குள் போட்டிக்கு வந்ததில்லை. அதனால் தான் கடந்த பத்து வருடங்களாக அவனின் பிழைப்பு தடையின்றி ஓடிக் கொண்டிருக்கிறது.

கிழவனுக்கு சற்று இரக்க சுபாவம் அதிகம். பள்ளிக்கு வரும் எல்லாக் குழந்தைகளிடமும், காசு இருக்கும் என்பது நிச்சய மில்லையல்லவா! எனவே பல சமயங்களில் அருகே நின்று கொண்டு ஏக்கத்தோடு பார்த்துக் கொண்டிருக்கும் சிறுவர்களைக் கண்டால் அவன் மனது பொறுக்காது. உடனே பெட்டியிலிருந்து ஐஸை எடுத்து நீட்டி விடுவான். தனக்கு வரும் கமிஷன் கூலி குறையுமே என்றெல்லாம் அவன் நினைத்ததில்லை. இந்த இரக்க சுபாவம் தானோ என்னவோ, அவனுக்கு அந்தப் பள்ளியோடு ஒரு பிடிப்பை ஏற்படுத்தியிருந்தது. தினம் தினம் அந்தச் சிறுவர் சிறுமிகளைப் பார்த்துப் பார்த்து அவர்களோடு பழகிப்பழகி அவர்களை விட்டுப் பிரிய இயலாத ஒரு பாச உணர்வு அவனுக்குள்ளே வேர் விட்டு மரம் போல் தழைத்திருந்தது.

உள்ளே வெளியே கால் பங்கு ஐஸ் விற்று முடித்த அம்மாசி, ஓர் ஓரமாகத் தன் வண்டியை நிறுத்தி சில்லறையை எண்ண ஆரம்பித்தான். மனம் சற்று மகிழ்ச்சிப்பட்டது. கொஞ்சம் சில்லறையை எடுத்து சுருக்குப்பையில் போட்டு இறுக்கி இடுப்பில் செருகிக் கொண்டான். அப்பொழுது தான் அந்த வினை வந்தது.

"ஏய் கிழவா! ஸ்கூல் காம்பவுண்டுக்குள்ளே ஐஸ் விற்கக் கூடாதுன்னு எத்தனை தடவை சொல்லியிருக்கேன் உனக்கு? அறிவில்லை? எடுய்யா வண்டியை!" இது தலைமையாசிரியர்.

கையிலுள்ள பிரம்பால் தன் வண்டியில் ஒரு தட்டுத் தட்டி அவர் இவ்வாறு கூறியதும், அம்மாசிக் கிழவன் ஒரு கணம் அதிர்ந்து போனான். இருப்பினும் சமாளித்துக் கொண்டு, "ஐயா, அவுங்க மன்னிக்கணும், இன்னிக்கு மட்டும்..." என்றவாறே இழுத்தான்.

"என்னய்யா இன்னிக்கு மட்டும்? இதமாதிரி எத்தனை தடவை சொல்லியிருக்கே நீ? தினம் இதே பாட்டுத்தான் பாடறே? அதெல்லாம் எனக்குத் தெரியாது. இப்ப நீ வண்டியை எடுத்தாகணும். உள்ளே போயிட்டு அஞ்சு நிமிஷத்தில் நான் திரும்புவேன். அதுக்குள்ளே இடத்தைக் காலி பண்ணியிருக் கணும். இல்லே நடக்கிறதே வேற...!"

கர்ண கடூரமாக வார்த்தைகளை உதிர்த்து விட்டு விறுவிறுவென்று உள்ளே சென்று விட்டார் அவர்.

அம்மாசிக்கு என்ன செய்வதென்றே தெரியவில்லை. இன்று யார் முகத்தில் விழித்தோம் என்று நினைத்துக் கொண்டான். இந்த மனுஷன் சொன்னபடி வந்து பார்ப்பாரே, என்ன செய்வது? இன்று மீதி வியாபாரத்தை எப்படி நடத்துவது? இன்னும் முக்கால் பெட்டிக்கு ஐஸ் கிடக்கிறதே? இதை எப்படிக் காசாக்குவது? ஒன்றும் புரியாத மனநிலையில் கலக்கத்துடனே வண்டியைத் தள்ளினான் அம்மாசி.

இரும்புக் கம்பியால் வேலியிட்ட அந்தக் காம்பவுண்டை விட்டு வெளியே வந்து திரும்பி நோக்கிய போது, பள்ளி வாயிலில் அந்தத் தலைமையாசிரியர் நின்று கொண்டு எனயே பார்த்துக் கொண்டிருப்பது தெரிந்தது.

பல தெருக்கள் சுற்றியலைந்து, உயிர் போகக் கூவிக் கூவி.. எப்படிபடியோ... கொஞ்சம் வியாபாரத்தை பார்த்து விட்டு திரும்பிக் கொண்டிருந்தான் அம்மாசி. பொழுது நன்றாக இருட்டி விட்டது. இன்னும் பெட்டியில் கால் பங்கு ஐஸ் அப்படியே இடந்தது. மணியோ ஏழுக்கு மேலாகி விட்டது. இனிமேல் எவன் ஐஸை வாங்குவான் என்ற விரக்தியில் கம்பெனிக்கு வந்து கணக்கை ஒப்புவித்து விட்டுக் கூலியைப் பெற்று கொண்டான். காலையிலிருந்து மாலை வரை லோலோவென்று கால் நரம்புகளெல்லாம் விண்விண்னென்று தெறிக்கத் தெறிக்க அலைந்து, உயிர் உள்ளதோ போனதோ என்ற நிலையில் கொஞ்சமும் நியாயமில்லாத அந்தச் சிறு தொகையைக் கூலியாகப்பெற்றுக் கொண்ட போது அம்மாசியின் ஊமை மனம் அழுதது.

அப்படியே குடிசைக்கு வந்து சுருண்டு விழுந்தான். அவ்வளவு சோர்விலும் இறந்த போன அவன் மனைவி பொன்னாளின் நினைவு லேசாக தலைதூக்கியது அந்தக் கிழவனுக்கு

’பாவி, படுபாவி என்னை இப்படித் தனியே தவிக்க விட்டுட்டு அவ மட்டும் மகராசியா போய்ச் சேர்ந்துட்டாளே இத நயாயமா? நான் கிடந்து அல்லாடறேனே? எனக்கு ஒரு முடிவு இல்லையா? நா மட்டும் என்ன பாவம் செஞ்சேன்

விரக்தியின் உச்சியில் புலம்பினான் கிழவன். அப்படியே தூங்கியும் போனான். மறுநாளும் அதே நிலை தான் நீடித்தது.

அன்றும் அவனை வியாபாரத்திற்கு அனுமதிக்கவில்லை அந்தத் தலைமையாசிரியர். பத்து வருடமாக நிம்மதியாக ஓடிக் ண்டிருந்த

தன் பிழைப்புக்கு இப்படி ஒரு கேடு வந்ததே த நினைத்த போது அம்மாசி மிகவும் மனம் நொந்து போனான். எந்தப் பள்ளியைத் தன் அன்றாட வாழ்க்கைக்கு நிலைக்களனாகக் கொண்டிருந்தானோ அந்த இடத்திலிருந்தே தான் இப்படி ஒதுக்கப்படுவோம் என்று கனவிலும் நினைத்துப் பார்க்கவில்லை அவன்.

"யோவ் அம்மாசி! என்னா நீ தினம் தினம் ஐஸை மிச்சம் கொண்டு வந்திட்டிருக்கே? ஒழுங்கா வியாபாரம் பண்றதுன்னா உனக்கு வண்டி தரேன். இல்லே, வேற இடத்தைப் பார்த்துக்க. எனக்கு விக்கறதுக்கு ஆள் இருக்கு வயசாச்சே, போவட்டுமே பாவம்னு பார்த்தா நீ என்ன நம்ம கம்பெனியையே நஷ்டத்துல கொண்டு விட்டுருவ போலிருக்கே?"

சற்றும் இரக்கமில்லாத முதலாளியின் முனைப்பான வார்த்தைகள் அம்மாசியைத் தலைகுனிய வைத்தன. கடந்த இரு நாட்களாக இருக்கும் நிலைமையை அவன் எடுத்துச் சொன்னான். ஆனால் அதையெல்லாம் கேட்பதற்கு அவர் தயாராகயில்லை.

"என்னய்யா கதையளக்கிறே! ஊர்ல அந்தப் பள்ளிக்கூடம் இல்லைன்னா வேற இடமே கிடையாதோ? பதினைஞ்சு வண்டி ஓடுதய்யா இந்த ஊர்ல! எல்லாம் சாயங்காலம் காலியாயித்தான் வருது. நீ ஒராள்தான் மக்கர் பண்றே! மரத்தடியிலே சொகுசர் வியாபாரம் பண்ணியே பழகிப் போனவன் நீ. அது தான் உடம்பு வளையமறுக்குது. காசு சும்மா கிடைக்குமாய்யா? உடம்பு தேஞ்சாத்தான் கிடைக்கும்."

முதலாளியின் பேச்சு அம்புகளாய் பாய்ந்தது அம்மாசியின் நெஞ்சில். அவன் அமைதியானான்.

அடுத்த நாலைந்து தினங்களும் தொடர்ந்து இதே நிலையில் கழிந்த போது தான் ஒரு நாள் அம்மாசியின் காதில் அந்தச் செய்தி விழுந்தது. தலைமையாசிரியர் லீவில் சென்றிருப்ப தாகவும் அவர் திரும்பும் வரை பயமின்றி வந்து அவன் தன் வியாபாரத்தை கவனித்துக் கொள்ளலாம் என்று, கிட்டு வாத்தியார் மூலம் விபரம் அறிந்த போது, சற்றே நிம்மதி பிறந்தது அம்மாசிக்கு. நாளையிலிருந்து பழையபடி, முழு பெட்டிக்கும் ஐஸ் நிரப்பிக் கொண்டு சென்று விற்று வர வேண்டுமென்று முடிவு செய்து கொண்டான். முழு மன நிறைவோடு அன்று இரவு நிம்மதியாகத் தூங்கினான்.

ஆனால் அந்த நிம்மதி மறுநாள் பள்ளியின் காம்பவுண்டு வாசல் வரை தான் நீடித்தது. குழந்தைகள் விரும்பும் சகலவிதமான இனிப்பு வகையறாக்களோடு குளிர் பானங்கள் மற்றும் வெற்றிலை பாக்கு வகைகள் சகிதமாக அஜானுபாகுவாக அங்கு ஒரு பெட்டிக்கடை

உருவாகியிருப்பதைக் கண்டான் அம்மாசி. அவனுக்கிருந்த கொஞ்ச நஞ்ச நம்பிக்கையும் கழன்று போயிற்று அப்போது.

இந்தத் தள்ளாத வயதில் தனக்கு இப்படி ஒரு சோதனையா என்று விரத்தியுற்ற நிலையில் அவன் நின்று கொண்டிருந்த போது, சற்றும் எதிர்பார்க்காதவகையில் "ஹேய், தாத்தா வந்துட்டாருடோய்" என்று குழந்தைகள் அவனைச் சூழ்ந்து கொண்டன. அம்மாசி அந்தப் பிஞ்சுக் கூட்டத்திற்கிடையே திக்குமுக்காடிப் போனான்.

"தாத்தா, தாத்தா, ஐஸ் குடு தாத்தா..." என்று பிள்ளைகள் முண்டியடுத்த போது, கள்ளம் கபடமில்லாத அந்தப் பிஞ்சுக் குரல்களை இத்தனை நாள் பிரிந்து இருக்க வேண்டி வந்து விட்டதே என்ற வேதனையில், பரபரவென்று ஆளுக்கொன்றாக ஐஸை எடுத்து நீட்டினான் அம்மாசி. காசு வந்ததா, வரவில்லையா என்றுக் கூடப் பார்க்கவில்லை அவன் நெஞ்சம் அவ்வளவு கசிந்து போயிருந்த்து.

கையில் ஐஸ் வைத்துக் கொண்டு குதூகலித்துக் காண்டிருந்த அந்த இளந்தளிர்களின் நடுவே கிழவன் அம்மாசி நெகிழ்ந்து போய் நின்று கொண்டிருந்தான்.

ஏய் கிழவா, மறுபடியும் வந்திட்டியா! உன்னை ஹெட் மாஸ்டர் அன்னைக்கே விரட்டினாருல்ல? ரூபாய் பத்தாயிரம் போட்டு இந்தக் கடையைத் துவக்கியிருக்கேன் இனிமேல் எவனும் இந்தக் காம்பவுண்டுக்குள்ள நுழையக்கூடாது ஆம்மா! எவ்வளவு கஷ்டப்பட்டு ஒரு செட் அப் பண்ணி இந்தக் காரியத்தை முடிச்சிருக்கேன்... எல்லாத்தையும் நீ வந்து கெடுக்கலாம்னா பார்க்கிறே? கிளப்புய்யா வண்டியை! இனி இந்தப் பக்கம் எட்டிப் பார்த்தியோ, ஆளே காணாமப் போயிடுவே, ஜாக்கிரதை....!"

-நெற்றியில் விபூதியும், குங்குமமும் பளபளக்க உருவத்துக்கும் வார்த்தைக்கும் துளிக்கூட சம்பந்தமில்லாத அந்தக் கடைக்குச் சொந்தக்காரன் அம்மாசியை விரட்டினான். இன்னும் சிறிது தாமதித்தால் பிறகு நிலமை மோசமாகிவிடும் என்ற முடிவில், வேறு வழியின்றி நெஞ்சில் தாளமுடியாத சுமையோடு வண்டியைத் திருப்பினான் அம்மாசி.

இந்த ஊரில் மொத்தம் பதினைஞ்சு வண்டி ஓடுதய்யா. எல்லாம் காலியாயித்தான் வருது., நீ ஓராள் தான் மிச்சம் கொண்டு வர்றே. ஒழுங்காப் பெட்டியைக் காலி பண்ணிட்டுவரணும். இல்ல அடுத்தாப்ல ஆள் மாறிடும்."

முதலாளி எச்சரித்து அனுப்பியது நினைவில் நிழலாடியது. உயிரே போனாலும் சரி, பெட்டியை காலி செய்யாமல் திரும்புவதில்லை

என்ற முடிவோடு பக்கத்து கிராமத்தை நோக்கி வண்டியை உருட்டினான் கிழவன்.

இத்தனை வருடங்களாக தன் சகத் தொழிலாளிகளிடமிருந்து எந்த விதமான போட்டியோ, தொல்லையோ இன்றி தன் காலத்தை ஓட்டி வந்த கிழவனுக்கு இது ஒரு பெரிய சோதனை தான். ஆனாலும் தனக்கு இடைஞ்சலில்லாமல் இது நாள் வரை இருந்து வந்த தன் இனத்திற்குத் தொந்தரவு தர விரும்பவில்லை அம்மாசி. ஊரின் பிற பகுதிகளில் அவனைப் போலவே தங்கள் பிழைப்பை செவ்வனே நடத்திக் கொண்டிருக்கும் அந்தத் தொழிலாளி வர்க்கத்தோடு போட்டிபோட எண்ணமில்லை அம்மாசிக்கு.

இயலுமோ, இயலாதோ சக்தி இருக்கிறதோ இல்லையோ அந்த வேகாத வெயிலில் தள்ளாடியபடியே போய்க் கொண்டிருந்தான் அம்மாசி. மறு நாள் -

பொழுது பொல பொலவென்று விடிந்த வேளையில் கய்யோ, முறையோவென்று ஓடி வந்தான் ஒருவன். "முதலாளி, அம்மாசி போய்ட்டாருங்க...!" "ஐயோ! என்னய்யா சொல்ற? ராத்திரி தான் ஒரு பெட்டி ஐஸையும் வித்துப்புட்டு காசு வாங்கிட்டுப் போனான்...!" "என்னமோ தெரிலிங்க. பள்ளிக் கூடத்தை ஒட்டின பார்க் ஓரமா படுத்திருந்தாருங்க, லாரி அடிச்சிடுச்சி..." *"அடப் பாவமே...!" என்றவாரே ஓடினார் முதலாளி. கொஞ்சம் கொஞ்மாக விஷயம் தெரிய ஆரம்பித்து ஐஸ் கம்பெனியின் பட்டாளமே திரண்டது.

"ஒரு வார்த்தை எங்கிட்ட சொல்லியிருந்தா அலைய வேண்டாம்னு கம்பெனியிலேயே ஏதாவது வேலையைச் செய்யச் சொல்லியிருப்பேனே, பாவி இப்படிப் போயிட்டானே." பிதற்றினார் முதலாளி.

நேரம் ஆக ஆக பள்ளிப் பிள்ளைகளின் வரவு ஆரம்பித்திருந்தது.

குழந்தைகள் எல்லோரும் கொஞ்சம் கொஞ்சமாக தங்கள் ஐஸ் தாத்தாவைச் சுற்றிக் கூடினர். தலைமையாசிரியர் வந்தார்.

பள்ளிக் கூடமே கதின்னு கிடந்தாரே, இப்படியா முடியணும்." தன் பங்குக்கு அவரும் ஏதோ சொன்னார்.

அந்தக் கிழவனுக்குப் பரிச்சயமானவர்களெல்லாம் ஒவ்வொருவராகப் பரிதாபப்பட்டுக்கொண்டிருந்தார்கள்.

14. அவளா சொன்னாள்..?

என்ன தப்பு நான் சொல்றதுல...? - அழுத்தமாய்க் கேட்டார் சந்திரசேகரன். அவரின் கேள்விக்கு வேறு எந்தவிதமான பதிலும் ஒப்புடையதாக அவருக்குத் தோன்றவில்லை. ஆனால் அதை இவளிடம் போய்ச் சொல்கிறோமே என்பதுதான். தான் ஒரு கருத்தில் ஊன்றிவிட்டதைப் போல, அவளும் ஒன்றில் நிலைத்து நிற்பவள். உலகமே தலைகீழாய்ப் போனாலும் அதை மாற்றிக் கொள்ளப் போவதில்லை. கொக்குக்கு ஒண்ணே மதி...!

யாராவது அப்படி இருப்பாங்களா? நீங்க பேசுறது அதிசயமா இருக்கு...எதுக்கு அனாவசியத்துக்கு மனசைப் போட்டுக் குழப்பிக்கிட்டு...? சிவனேன்னு படுத்தமா, தூங்கினமா, எழுந்திரிச்சமா, சாப்டமான்னு இருக்க வேண்டிதானே...? உங்களை இப்போ இங்க யாரு என்ன பண்றாங்க...? - ஒரே கேள்வியில் தன்னைத் தட்டி உட்கார்த்தி விட வேண்டும் என்று எதிர்பார்க்கிறாள். அதுதான் இத்தனை கேள்வி... அதிலும் ஏதோ தேவை இருப்பதாகவே உணர முடிகிறது. அந்தப் பேச்சை எடுப்பதோ, தொடருவதோ அவளுக்குப் பிடிக்காத ஒன்று. ஆனால் அவருக்கு வேண்டியது அதுதானே...!

இந்த எடத்துலதான் உனக்கும் எனக்கும் வேறுபடுது...வெறுமே சோத்துக்காக வாழச் சொல்றே நீ...! அந்த சோறே செல்லாத நிலைல நான் இருக்கேன். வாழறதுக்காக சோறு திங்கிறது வேறே... சோத்துக்காகவே வாழறது வேறே... என்னால அப்டி இருக்க முடியாது...... பேசறதுக்கே ஒண்ணும் இல்லே..... - இவரும் அதை எளிதாக முறித்துப் பேசிவிட்டதாக எண்ணினார்.

அடுப்பில் வைத்திருந்த சட்டியில் படபடவென்று வெடித்துக் கொண்டிருந்தது. கடுகு கருகிடப் போகுது...முதல்ல அதைப் போய் அணை....நீதான் உன் நியமங்கள்லேர்ந்து தடுமார்றே...நான் ஸ்டெடியாத்தான் இருக்கேன்....

நீங்க பேசுற பேச்சுலதான் எல்லாமும் மறந்து போறது....சதா னொண னொண னொணன்ட்டிருந்தா...? எரிச்சல்பட்டவளாய் கல்யாணி அடுப்படியை நோக்கி நகர்ந்தாள்.

இப்பல்லாம் நான் பேசுறது உனக்கு எரிச்சலா இருக்குல்ல? அது சரி... முன்னாடி என்ன ரசிக்கவா செஞ்சிது? அந்தக் காலத்துலயே நீ என் பேச்சை எப்பவும் காது கொடுத்துக் கேட்க மாட்டே....உன் இஷ்டத்துக்குதான் எதையும் செய்வே...இப்பப் புதுசாக் கேட்கப் போறியா என்ன...? நான் சொல்றது என்னன்னா நீயும் எனக்கு வேண்டாங்கிறேன்...என்னை விட்ருங்கங்கிறேன்...அவ்வளவுதான்....

உங்களை யாரு இப்ப பிடிச்சு வச்சிட்டிருக்கா....அதான் மாசா மாசம் போய்ட்டு வந்துட்டுத்தானே இருக்கீங்க...

இப்பப் போக முடிலயே....! மூணு மாசம் ஓடிப் போச்சே...? - ஊர் போகவும் வரவும்னு இருந்தாத்தான் எனக்கு மூடே சரியா இருக்கும்..என்னுடைய ஸ்தலம் அதுதான். இல்லன்னா பைத்தியம் பிடிச்சது போல ஆயிடுது...என்னை என்ன பண்ணச் சொல்றே? - கொஞ்சம் சரண்டர் ஆகிவிட்டதுபோல் பேசி விட்டோமோ? நினைத்துக் கொண்டார். தணிந்து பேசித்தான் பழக்கமில்லையே...!

அதான் மூணு வருஷமா போயிட்டு வந்திட்டுதான இருக்கீங்க? அப்புறம் என்ன?

இருக்கலாம். இப்போ குழந்தை...குழந்தைன்னு காரணம் வச்சு ஆள நிப்பாட்டினா...?

அதுக்கென்ன பண்றது? நான் ஒருத்தியா எப்டிப் பார்த்துக்க முடியும்? அவா ரெண்டு பேரும் வேலைக்குப் போறா...இன்னொரு ஆள் வேணுமே...? பேரனக் கொஞ்சிட்டிருங்க...

பார்த்தியா? இந்தக் கொக்கியத்தான் போடாதேங்கிறேன்... இதச் சொல்லி என்னை மடக்காதேங்கிறேன்.....அதுக்குத்தான் நீ இருக்கியே...! பேரன் என்ன நம்ம கூடயேவா இருக்கப்போறான்... விவரம் தெரிஞ்சா அப்பா அம்மாவ விட்டு நகர மாட்டான்... அதுதானே சரியும் கூட....நமக்கே இன்னும் ரெண்டு வருஷமோ மூணு வருஷமோ...? எவனுக்குத் தெரியும்? நாளை என்பது நமக்கு ஏது?

நீங்க பேசுறது உங்களுக்கே நல்லாயிருக்கா யோசியுங்க... அறுபத்தஞ்சு வயசு தாண்டி உங்களமாதிரி யாராவது இப்டிப் பேசிட்டிருக்காங்களான்னு கொஞ்சம் நினைச்சுப் பாருங்க...?

யாரும் பேசலேன்னு எப்டிச் சொல்றே...? வீடு வீடாப் போய் நீ பார்த்தியா? என்னமோ ரொம்ப அனுபவப்பட்ட மாதிரிப் பேசுற? வந்தாச்சு...வீடு வாங்கியாச்சு...கல்யாணம் பண்ணியாச்சு... குழந்தை பெத்தாச்சு...இருந்து பார்த்துக்கிறதுக்கு உன்னையும் அர்ப்பணமாக் கொடுத்தாச்சு...அப்புறமும் நான் எதுக்கு? என்னை விட்ற வேண்டிதானே...? நான் என்ன உன்னையும் கையப்பிடிச்சு

இழுக்கிறேனா? வந்தாத்தான் ஆச்சுன்னா சொல்றேன்...? நான் தனியா இருந்துக்கிறேன்னுதானே புலம்பறேன்....நீ எனக்கு வேண்டாம்னுதானே மறுபடி மறுபடி கத்தறேன்...

ஒவ்வொரு முறையும் வாதம்-பிரதிவாதம் வரும்போதெல்லாம் இந்த இடத்தில் அமைதியாகிவிடுகிறாள். அந்த ஒரு பிடிதான் இன்றுவரை பலமாயிருக்கிறது.உங்களுக்குத்தான் யாருமே வேண்டாமே...? சும்மா என்னத்தையாவது சொல்றதிலே பிரயோஜனமில்லே...ஒரு கட்டத்துல விலகின மனநிலை அமையலேன்னா அவன் என்ன மனுஷன்? என்னை விட்டிட்டு நீ உன் பையனோடவே இருக்கத் தயாராயிருக்கும்போது, நான் மட்டும் ஏன் அப்டி இருக்கக் கூடாது? நான் வேண்டாம்னு சொல்ற நீ எனக்கு வேண்டாம்ங்கிறேன்.

மாறுபட்டு நான் இப்படிப் பேசுவது அவளை அதிர்ச்சிக்குள் ளாக்கியிருக்கிறதோ? இந்த மனுஷன் இருந்தாலும் இருந்திடுவான். கல்லுளிமங்கன்....அடைச்சிக் கிடக்கிற ஊர் வீடு பாழடைஞ்சு போயிடும் சுத்தம் பண்ணாட்டான்னு அதையே சொல்லிக் கொல்றானே..? அங்க போய் ஒத்த மரத்துக் கொரங்காட்டம் என்ன பண்ணுவான்? வீம்புக்கு இருந்துட்டாலும் இருக்கிற ஆள்தான். சதா எப்பவும் புஸ்தகமும் கையுமா தனியாத்தானே இங்கயே கெடக்கு...! யார்ட்டக் கலகலன்னு பேசறது? எல்லாம் என் தலையெழுத்து...!

யோசிச்சுப் பாருங்க...இங்கேயிருந்து அமெரிக்கா போறவங்ககூட சேர்ந்துதான் போறாங்க...அம்மாவ மட்டும் எந்தப் பிள்ளையும் அழைக்கிறதில்ல...அவ மட்டும் தனியாவும் போறதில்ல...! ரெண்டு கெழடுகளும்தான் ஏறிப் பறக்கறது...!

உன்னை வேணும்னா கெழடுன்னு சொல்லிக்கோ...என்னையும் ஏன் சேர்த்துக்கிறே...?

சரி நீங்க கொமரன்...

யார் சொன்னா சேர்ந்து பறக்கறான்னு? நீ கண்டியா? எத்தனை பேர் காண்பிக்கட்டும்...? போய்ப் பாரு சென்னை ஏர்போர்ட்ல... எத்தனை மாமிகள் போறா, தனியா வர்றான்னு...! அதெல்லாம் அந்தக் காலம்...பயப்படாமத் தனியாப் பயணம் பண்ணி போய் இறங்கிடுறா... விமான நிலைய ஊழியர்களே உதவியா...சரியா ஏத்தி விட்டு, விபரமும் சொல்லி அனுப்பிடுறா...யாரையாச்சும் கூட உட்கார்த்தி இறக்கி விட்ருங்கிறா...எப்டி எப்டியோ நடந்திடுறது. மாமிகளெல்லாம் இப்ப ரொம்ப ஸ்மார்ட்டா விவரமாயிட்டாளாக்கும்...! தனியாப் பறக்கிறதுல கில்லாடியா இருக்கா! கொல்லைப் பக்கம் மாதிரி ஆயிப்போச்சு வெளிநாடு போறது....!

நாலு வீட்டுக்கு சமைச்சுப் போடன்னு எத்தனை பேர் போறா தெரியுமா நோக்கு? கோயில்ல குருக்களா இருந்தா அங்க வருமானம் ஜாஸ்தின்னு ஏற்கனவே நிறையப் போயிட்டா? காரியம் பண்ணி வைக்கிறதுக்கு ஆள் பஞ்சம். அங்க போனாத்தான் ஆளுக்கும் துட்டுக்கும் மதிப்புன்னு பல பேர் போய் வருஷமாச்சு...! .துணைப்பொட்டலமா எந்த மாமியும் எந்த மாமாவையும் இன்னைக்கெல்லாம் அழைச்சிண்டு போறதில்லே...அதத் தெரிஞ்சிக்கோ....மாமாக்கள் பூராவும் ஆள விட்டாச் சரின்னு சொந்த ஊர்லயே அக்கடான்னு இருக்கப் பழகிண்டுட்டா.... விருப்பப்பட்ட ஸ்வீட், காரம், வடை பஜ்ஜின்னு சுதந்திரமா போய் மொசுக்கலாமோல்லியோ...! நாக்கை அடக்க முடியாமே... பொண்டாட்டியோட பிக்கல் பிடுங்கல் இல்லன்னா அந்த விசேஷமே தனி.....

அப்போ நீங்களும் அதுக்காகத்தான் அலையறேளா...? எப்படா சான்ஸ் கிடைக்கும்னு...!

இந்த பார்...உனக்கு உன் லெவல்....அதுக்கு மேலே உன்னாலெல்லாம் யோசிக்க முடியாது. உங்காத்துல கோடு போட்டாப்பல உன்னை வளர்த்திருக்கா...இருந்திண்டிருக்கே..நீ சாகுறவரைக்கும் இப்டித்தான் இருப்பே...கூண்டுல அடச்ச கிளிமாதிரி...இன்னிக்கு கெழட்டுக் கிளி... அவ்வளவுதான்.....நான் அப்படியில்லே...சுதந்திரமாத் திரியறவன் சிறகடிச்சிப் பறக்கிறவன்..எ.ன்னை யாரும் எந்தக் கூண்டுலயும் அடைச்சிற முடியாது...ஒத்தாசைக்குத்தான் நீ இருந்துக்கோன்னு சொல்லிண்டேயிருக்கேன்..என்னை விட்ரு...அவ்வளவுதான்.... அப்புறம் மறுபடி மறுபடி பேசிண்டேயிருந்தா என்ன அர்த்தம்? போய்ப்பாரு...நம்மூர்ல எத்தனை மாமாக்கள் தனியா இருந்து கழிக்கிறான்னு...!அவாள்லாம் மனுஷா இல்லையா? சரி சரின்னு அவாத்து மாமிகளெல்லாம் கேட்டுக்கலியா? வந்தாத்தான் ஆச்சுன்னு ஒத்தைக்கா நிக்கறா...? சமைச்சுச் சாப்டுண்டு...இல்லன்னா ஓட்டல்ல வாங்கித் தின்னுண்டு...எப்டியோ கழிக்கிறா...அது அவா அவா விருப்பம்..விட்டுட்டுப் போன எந்த மாமி தன்னோட ஆத்துக்காரரப் பத்திக் கவலப்பட்டுண்டிருக்கா...? ..பென்ஷன் காசு பாழாப் போறது...அதுல ஒரு அஞ்சாயிரம் மாசங்கூடிச் செலவழிக்கிறதுக்கு உரிமையில்லையா...அதையும் பொத்திப் பொத்தி வச்சு கடைசில பையனுக்கே அழுதுட்டுப் போகணுமா....?

இப்போ என்ன பண்ணனும்ங்கிறேள்? பேரக் குழந்தையக் கொஞ்சிண்டு, அதோட இருக்கிறதுக்கு உங்களுக்கு விருப்பம் இல்லே...அதானே...? யாராவது இப்டி இருப்பாளா? கொஞ்சம் கூடப் பாசமே இல்லையா உங்களுக்கு...! அவா அவா குழந்தை

வரம் கிடைக்கலியேன்னு தவமிருந்திண்டிருக்கா...! ரெண்டு வருஷம் கழிச்சிப் பெத்துக்கிறோம்னு ஊதாரியாத் திரிஞ்சிண்டு சம்பாதிக்கிற காசக் கரியாக்கிண்டிருக்கா......நமக்கு ஆண்டவன் டக்குன்னு கொடுத்திட்டான்...உங்க பிள்ளை அதுல ரொம்ப சமத்தாக்கும்...ஒரு வருஷம் ரெண்டு வருஷம்னு தள்ளிப்போட்டு அதுக்குள்ளே ரெண்டு பேருக்கும் சண்டை வந்து, நிறையப் பேர் கோர்ட்டுல போய் நின்னுண்டிருக்காளாக்கும்...அந்தக் கதை பிள்ளையப் பெத்துட்டா நடக்குமா? அடங்கி ஒடுங்கித்தானே ஆகணும்...பிள்ளை பெத்த பிறகும் பிரிஞ்சி கெடக்குறதெல்லாம் சினிமாக்காராளுக்குதான்...கேள்விப்படுறோம்.....மத்த எடத்துல நீங்க அப்டிப் பார்க்க முடியாதாக்கும்...கட்டித் தங்கமா கடவுள் ஒரு கொழந்தையைக் கொடுத்திருக்கான்...கிருஷ்ணா ராமான்னு அதைக் கையிலெடுத்துக் கொஞ்சிண்டு பேசாமக் கெடப்பேளா... அது இதுன்னு கெடந்து துள்றேளே....? நான் என்ன சொன்னாலும் அவள் மசிவதாய் இல்லை.

ஒவ்வொரு முறை பேச்சு வரும்போதும் அது இப்படித்தான், இங்கு போய்த்தான் முடிகிறது. அந்தக் குறிப்பிட்ட புள்ளியில்தான் சங்கமமாகிறது. ஆனாலும் இவருக்கு மனசு ஆறமாட்டேனென்கிறது. அது என்னவோ தனியாய் இருப்பதில் அப்படி ஒரு சுகம். ஒரு சாமியார்த்தனம். பிக்கல் பிடுங்கல் என்று எதுவும் இல்லை. பிடித்தது பிடிக்காதது என்று எதையும் கண்கொண்டு பார்க்கத் தேவையில்லை. அது இது என்று எது ஒன்றையும் பார்த்துப் பார்த்துத் திருத்த வேண்டியதில்லை. தப்பு சொல்ல வேண்டியதில்லை. எதுக்கெடுத்தாலும் குறை சொல்றார் என்கிற கெட்ட பெயரில்லை. நச்சு நச்சு என்று பிடுங்குவதாக பிறர் நினைக்க வேண்டியதில்லை. வயதானவர்களின் எந்த அசௌகரியங்களையும் இவர்கள் உணருவதில்லை. உடல் உபாதைகளைப்பற்றிக் கவலைப்பட வேண்டியதில்லை. எதற்கும் கூச்சப்படத் தேவையில்லை.

திறந்த உடம்போடு, ஒரு வேட்டியைக் கட்டினமா, துண்டைத் தோளில் போட்டமா, அதையே நீள நெடுகத் தரையில் விரித்து நெடுஞ்சாண்கிடையாய் சாய்ந்தோமா என்று எளிமையாக இருந்து கழிக்கலாம். ரொம்பவும் வயிற்றுப் பாட்டுக்காக யோசிக்க வேண்டியதில்லை. சாதம், ரசம், ஒரு காய் அல்லது சாதம், சாம்பார், ஒரு காய், சுட்ட அப்பளம்... என்று போதும்.சில நாள் வெறும் மோர் சாதத்தோடேயே கூடக் கழித்து விடலாம். ஊறுகாய் இருந்தால் சரி. இட்லி, தோசைக்கு தெருக்கோடியில் விற்கும் மாவு. மிளகாய்ப்பொடி... அல்லது இருக்கவோ இருக்கு...கொஞ்சம் மோர் விட்டுப் புரட்டி சாப்பிட்டால் ஆச்சு...நொறுக்குத் தீனி

கிடையாது. ஏதேனும் ஒரு பழம் போதும் மறுநாள் காலையில் வயிறு சுத்தமாக....ஓட்டி விடலாமே...! எளிமையாய் ஆர்ப்பாட்டமின்றி பிறருக்கு எந்தவிதத் துன்பமுமின்றி இருக்குமிடம் தெரியாமல் இருப்பது கூட ஒருவகை ஆன்மீக தர்மம்தானே...!

சாகும்வரை கூட இருந்து தொண்டாற்றியே ஆக வேண்டுமா? என் ஆசைக்குக் கொஞ்ச நாள் நான் வாழக்கூடாதா? கடமையிலிருந்து வழுவியிருந்தால் சரி...எல்லாம்தான் பார்த்துப் பார்த்து ஓடி ஓடிச் செய்தாயிற்றே..எதில் குறை வைத்தது? யாரேனும் விரல்விட்டு சொல்ல முடியுமா? கைநீட்டி ஒரு கேள்வி கேட்க முடியுமா? .இப்போ இன்னும் செய்துண்டிருக்கிறதெல்லாம் எக்ஸ்ட்ராதான்... அது கடமைக் கணக்குல வராது. இதெல்லாம் எதுக்கு செய்தது? பின்னாளில் வச்சுக் காப்பாத்தணுமேன்னா? நெவர்....பெத்த கடனுக்கு ஆக்கிப் போட்டுது அவ்வளவே...!....ஆள விடுங்கப்பான்னா.....! என்னவோ நீட்டி முழக்கிறியே...! உன் விருப்பத்துக்கு நீ உன் பையனோட இங்கயே இருக்கணும்னு விரும்பற மாதிரி...நான் என் விருப்பத்துக்கு தனியாப் போய் இருக்கிறது மட்டும் எப்படித் தப்பாகும்? உன்னோடவே கடைசிவரை இருந்து கும்மியடிக்கணுமா? என்ன கர்மம்டா...இது?

சரி...விடுங்கோ... அநாவசியப் பேச்சு வேண்டாம்....உங்க பையன்ட்டக் கேட்டுக்குங்கோ...புறப்படுங்கோ...நா எப்டியோ இருந்துக்கிறேன். எனக்குக் குழந்தைதான் முக்கியம்......நாங்க இங்கே என்னமோ செய்துக்கிறோம்...நீங்க சந்தோஷமா இருந்தாச் சரி... சுருக்கமாய் முடித்துக் கொண்டாள். எதுவும் பலிக்காது என்று நினைத்திருப்பாளோ? நாங்க என்று சொல்லி தனியாய்ச் சட்டென்று பிரித்து விட்டாளே...! ஆனாலும் திமிர்தான் இவளுக்கு...!

இது ஏதோ வயித்தெரிச்சல்ல சாபமிடுற மாதிரில்ல இருக்கு.... உங்ககிட்டேயெல்லாம் பர்மிஷன் வாங்கிண்டுதான் கிளம்பணும்னு எனக்கொண்ணும் அவசியமில்லே...யாரும் எனக்கு அனுமதியும் தர வேண்டியதில்லை....நெனச்சா வண்டியைக் கௌப்பிடுவேன். என்னை ஒருத்தரும் தடுக்க முடியாதாக்கும்...ஏதோ சொல்லணுமேன்னு ஒரு கடமைக்காகச் சொன்னேன்..அவ்வளவுதான்...-புறப்படலாம்னு நினைச்சிட்டா என்னை எந்த சக்தியாலும் நிறுத்த முடியாது.அது அதுபாட்டுக்கு நடக்குமாக்கும். - சொல்லிக் கொண்டே ஐ.ஆர். சி.டி.சி.யில் சென்னை டூ நெல்லை டிக்கெட் அவெய்லபிளா என்று தேட ஆரம்பித்தார் சந்திரசேகரன். வைத்த கண் வாங்காமல் கூர்மையாகப் பார்த்துக் கொண்டிருந்த கல்யாணி கடைசியாகச் சொன்னாள்....

நீங்க, துணையா இங்கே இருக்கேளேங்கிற தைரியத்துலதான் நானே இயங்கிண்டிருக்கேன்... முடிஞ்சும் முடியாமலும்...அதப் புரிஞ்சிக்காமப் பேசினா எப்படி? கிளம்பிப் போறேங்கிறேளே? இது சரியா? சந்தோஷமாப் .போயிட்டு வாங்கோ...விதி போல இருக்கு...! யார வச்சு யாரு? எல்லாரும் இந்த உலகத்துல தனித் தனியாத்தான் வந்தோம்..தனித் தனியாத்தானே போயாகணும்... எதுதான் கூட வரப்போறது?

சந்திரசேகரனை என்னவோ செய்தது இந்தக் கடைசி வார்த்தைகள்...! சற்றும் எதிர்பாராத் தருணத்தில் அவள் இப்படிச் சொன்னது அவரை யோசிக்க வைத்திருந்தது.!!

15. இடுக்கண்

இவ்வளவு பெரிய டப்பா எதுக்குடா? என்றார் அப்பா. அதைக் கையில் வாங்கும்போதே ஒரு சின்ன சந்தோஷமும் பூத்திருப்பது உதட்டில் தெரிந்தது. படிக்காத மேதை ரங்கன், ரங்காராவுக்கு ஒரு டப்பா ட்ரிபிள் ஃபைவ் சிகரெட் வாங்கிக் கொண்டு வந்து கொடுக்கும் காட்சி....மனதில் ஓடியது எனக்கு.

இருக்கட்டும்ப்பா....இதுலேர்ந்து எடுத்து எடுத்து மட்டைல போட்டு வச்சிக்கலாம்தானே? - என்று சொல்லும்போதே, ஒரு சின்ன ஸ்பூன் வாங்கு உங்கம்மாட்ட... என்றார். குஷி வந்தாச்சு அப்பாவுக்கு.

அவனே கொடுத்திருக்காம்ப்பா...என்றவாறே அந்த ப்ளாஸ்டிக் ஸ்பூனை எடுத்து அப்பாவிடம் நீட்டினேன். அது வேறயா...? என்றவாறே வாங்கி மூக்குப்பொடியை டப்பாவிலிருந்து ஸ்பூனில் எடுத்து மட்டையில் போட்டுக் கொண்டார். கொஞ்சமாத்தான் போட்டுக்கணும்...இல்லன்னா மட்டையை ஒவ்வொரு தடவையும் விரிக்கும்போது சிதறி வீணாயிடும்...என்று அவரே சொல்லிக் கொண்டார். எதையும் வீணாக்கக் கூடாது என்ற குணம்.

அப்பாவின் முகத்திலிருந்த சந்தோஷத்தையும், திருப்தியையும் பார்த்து ரசித்தான். அந்த மில் கார்னர் கடைலதானே வாங்கினே...? என்றார்.

ஆமாம்ப்பா...அங்கதானே இந்த மாதிரி டப்பில போட்டு பேக் பண்ணி வச்சிருக்கான்...

அவர்தான் இதுக்கு ஏஜென்ட்...என்ன...இன்னும் கொஞ்சம் சின்ன டப்பாவா வாங்கியிருக்கலாம்.....

இதுதாம்ப்பா மினிமம்....இதுக்கு மேலே எல்லாம் பெரிசுதான்... இன்னிக்குத் தயார் பண்ணின பொடியை புது டப்பா எடுத்து என் கண் முன்னால அடைச்சுத் தந்தான். நின்னுண்டிருக்கிறபோது

நானே நாலு தும்மல் போட்டேன். அவ்வளவு நெடி. புத்தம் புதுசாக்கும்....என்று நான் சொன்ன கணத்தில் ஒரு சிட்டிகை எடுத்து உறிஞ்சிவிட்டு...யப்ப்ப்ப்ப்பா.....நல்ல காரம்...என்று சொல்லிக் கொண்டார் அப்பா. முழு திருப்தி வந்துவிட்டதாய்த் தோன்றியது.

அங்க படம் போட்டிருப்பானே...உரல்ல குத்துறமாதிரி....அதே போல உள் ரூம்ல இடிக்கிறதை நீ பார்த்திருக்கியோ....? அந்த நேரம் அதை வாங்கி உறிஞ்சணும்...அத்தனை சுகமாக்கும்...

அப்பா ரசனையோடு சொல்வதைப் பார்த்தால் நமக்கே ஒரு சிட்டிகை வாங்கி இழுத்து விடுவோமா என்று தோன்றும்.

அவரின் ஒரே பழக்கம் அதுதான். வேறு எந்தக் கெட்ட பழக்கமும் கிடையாது. பாழாய்ப்போன இதை விட முடியல்லையே? என்று அவரே சொல்லிக் கொள்வார். அவரைப் போல் கட்டுப்பாடாய் ஒரு மனிதன் இருக்கவே முடியாது. துளியும் சாத்தியமில்லை. ஓட்டலில் வேலை பார்ப்பவர்தான். ஆனாலும் காலம்பற அருந்தும் அந்த ஒரு காபியோடு சரி. ஓசியில் கிடைக்கிறதே என்று கண்டதையும் உள்ளே தள்ளும் ரகமல்ல அப்பா. எதிலும் ஒரு ஒழுங்கு உண்டு அவரிடம்.

மிகுந்த எளிய வாழ்க்கை அவருடையது. அதற்கு மேல் ஏது வக்கு? ஒரு வேட்டி கொடியில்...ஒன்று இடுப்பில்....மேல் துண்டு ஒன்று. அதுவும் அம்மா ராட்டையில் நூல் நூற்றுச் சேர்த்து சிட்டம் போட்டு, கதர்க் கடையில் கொடுத்து வாங்கியது. இது போக அப்பாவுக்கென்று ஒரு வெள்ளைச் சட்டை உண்டு. அது காமராசர் சட்டை. அது அவரது தகரப் பெட்டியிலேயே தூங்கும். எப்போதேனும் அபூர்வமாய் கல்யாணம் காட்சி என்று வெளியே செல்ல நேர்ந்தால் தலை காட்டும். பிறகு பழையபடி முடங்கி விடும். அந்த ஒரே சட்டைதான். அப்பா சட்டை அணிந்து நிற்கும் அந்தக் காட்சியில் ஸ்வாமி சந்நிதியில் நுழைந்ததுபோல் சிலிர்ப்போம் நாங்கள். ஒன்றே தெய்வம்...சத்தியே பராபரமே...!

ஓட்டலில் நாள் பூராவும் நெருப்பு முன் நிற்பவர்கள் யாரும் கட்டுப்பாடாய் இருப்பது கடினம். தெரிந்தோ தெரியாமலோ தவறித்தான் விடுவார்கள். பலரையும் பார்த்தாயிற்று. ஆனால் அப்பா அப்படியில்லை. நியமங்களோடு வாழ்ந்தவர். அதனால்தான் ஒரே ஓட்டலில் நாற்பது ஆண்டுகளுக்கும் மேல் நிலைக்க முடிந்தது. அத்தனை பொறுப்புள்ள மனிதனைப் பார்ப்பது அரிது. அந்தக் கடைக்கு அவர் ஒரு பொக்கிஷம். பணியாளர்கள் மதிக்க வலம் வரும் சாமி.

எந்தப் பொருட்களையும் வீணாக்கினார் என்று சரித்திரமேயில்லை. முதலாளிக்கு அத்தனை உண்மையானவர். ஸ்டாலுக்கு என்று தயாராக்கும் இனிப்புகள், கார வகைகள் தரம் மாறின, குன்றின... என்று ஒருவரும் ஒரு வார்த்தை பிசக முடியாது. அய்யர் ஓட்டல் என்று தேடி வந்து வாங்கிப் போவார்கள். கொடைக்கானல் வழி ஊர் என்பதால் அங்கு இறங்கி இனிப்பு வாங்கிக் கட்டிக் கொள்வார்கள். சுற்றுலாக்காரர்களை நிறைவு செய்யும் உணவகம் அது.

பதினோரு மணி வாக்கில் அடுத்தடுத்து என்று ஸ்டாலில் கொண்டு வந்து அன்றைய இனிப்புகளை அடுக்குவார் அப்பா. நேரம் தவறவே தவறாது. அதுவே அவரது நியமம். அதற்குப்பின் கார வகைகள் வரிசை கட்டும். எல்லாம், தானே நடக்கும் என்று கல்லாவில் அமர்ந்து அமைதியாய்ப் பார்த்துக் கொண்டிருப்பார் முதலாளி கணபதி அய்யர். இப்படி ஒரு கடமை தவறா கண்ணியவான் தனக்குக் கிடைத்தது, தான் முன் ஜென்மத்தில் செய்த புண்ணியம்.... என்றுதான் எண்ணியிருந்தார் அவர்.

அண்ணா...ஸ்டால் ரெடி...என்று ஒரு குரல் கொடுத்து விட்டு... உள் லைட்டையும் போட்டு விடுவார் அப்பா. மஞ்சள் விளக்கு வெளிச்சத்தில் இனிப்புகளும், காரவகைகளும் மினு மினுக்கும். ஜிலேபியில் ஜீரா பளபளக்கும். வெறுமே பகட்டுக் காண்பிச்சு விக்கிறதில்லடா...வாங்கிச் சாப்பிட்டுப் பாரு...என்று அவைகளே ஓட்டலுக்கு வருவோரை “தில்“ லாக அழைப்பது போலிருக்கும். நுழையும் போதே பார்வையில் பட்டு இழுக்கும். ஸ்டாலுக்கு நேர் பார்வையில் வந்து நிற்பார்கள். எல்லா இனிப்பிலும் கொஞ்சம் வாங்கியாக வேண்டும் என்கிற உறுதி தொனிக்கும்.

ரெண்டாம் அடுப்படி ராஜூ சமையல் வகையறாக்களைப் பார்த்துக் கொள்வார். அப்பா சொல்லிச் சொல்லி அவரது கைப்பக்குவமும் கூடியிருந்தது. அய்யராத்து சமையல் தோத்தது போங்க...! என்று சொல்பவர் பலர். எல்லாம் சாமி கைங்கர்யம்தான் என்று அடக்கமாக உரைப்பார் ராஜூ. அப்பாவுக்கு மரியாதை.

பகல் வேலையை முடித்து கை கால் முகம் அலம்பி, மார்பில் துண்டைப் போர்த்திக் கொண்டு கம்பீரமாய்க் கிளம்பி விடுவார். வரேண்ணா....என்று ஒரு வார்த்தைதான். அது கல்லாவில் உட்கார்ந்திருக்கும் அய்யருக்குக் கேட்டதா தெரியாது. அவர் கவனமெல்லாம் ஸ்டாலிலிருந்து பொருட்கள் வெளியேறுவதிலேயே இருக்கும். அன்றைய ஸ்டால் இருப்புக்கு இவ்வளவு துட்டு வந்து சேரணும் என்கிற மனக் கணக்கு உண்டு அவருக்கு. சாப்பாடு, டிபன் என்பதெல்லாம் அன்றாட வழக்கங்கள். ஆனால் ஸ்டால் கொஞ்சம்

கொஞ்சமாய்க் காலியாகிறதே அந்த சந்தோஷத்திற்கு ஈடுதான் ஏது? மத்தியான ரெஸ்டுக்குப் போயிருக்கும் அப்பாவுக்கு திடீரென்று அழைப்பு வந்த நாட்கள் பல. காரணம் ஸ்டால் காலி. மாலை நாலு ஐந்துக்குள் இன்னொரு ரௌன்ட். அதனாலென்னண்ணா.... செய்துட்டாப் போச்சு.....! நிரப்பிடறேன்...கவலையை விடுங்கோ- முகம் சுருங்கவே சுருங்காது. அதுதான் கணபதி அய்யருக்குக் கிடைத்த கிஃப்ட்...!

கிருஷ்ணய்யரோட கைபாகமே தனிதான்..! இந்த ஊர்ல எவனும் அவரை அடிச்சிக்க முடியாது...! .என்று சொல்லி ஒரு துண்டு எடுத்து வாயில் போட்டுக் கொள்ளும்போது கிடைக்கும் ஆனந்தம் இருக்கிறதே...அதற்குக் கோடி கொடுக்கலாம்தான்.

அந்த நேரம் அப்பா மடியில் அடங்கிக் கிடக்கும் அந்தப் பொடி மட்டை. அது அநேகமாய்க் காலியாய்த்தான் கிடக்கும்.. பல சமயங்களில் வெறும் மட்டையை விரித்து விரலால் தேய்த்து வெறுமே ஒரு உறிஞ்சு உறிஞ்சுவதைப் பார்த்திருக்கிறான். இருக்கும் சமயங்களில் மாஸ்டர்... என்று அழைத்து கட்டை விரலையும் ஆட்காட்டி விரலையும் இணைத்து சைகை காண்பித்து ஓசி கேட்பவரிடம் தயக்கமின்றி எடுத்து நீட்டி விடுவார் அப்பா. சற்று உரிமையுள்ளவர்கள் ஓடி வந்து மடியில் கை வைப்பார்கள். டேய்... விருதாப்பயலே...! பொறு...எடுத்துத் தரேன்...என்று செல்லமாகத் திட்டுவார். பிச்சைப் பாத்திரத்தில் தர்மமும் உண்டு. ஆனால் அது தீர்ந்ததே என்கிற ஏக்கத்திற்கு இடமில்லை அப்பாவிடம்...! அத வேறே அடிக்கடி கொஞ்சணுமா? என்பார்.

இரவு வேலை முடித்துக் கிளம்பும்போதுதான் அந்த நாலணா பேட்டா கிடைக்கும் அப்பாவுக்கு. அதை மதியமே கேட்டு வாங்குவோம் என்று நினைக்க மாட்டார். பொடிக்காகுமே? ஆனால் வாய் வராது. அத்தனை கௌரவம். கேட்டால் கிடைக்கலாம். சங்கடத்தோடே எடுத்துத் தரலாம். என்றாவது ஒரு நாள்தானே என்று திருப்தியோடும் தரலாம். அதையே வழக்கமாய்க் கொண்டு விடுவாரோ என்று பயந்துகொண்டும் எடுத்து நீட்டலாம். எதற்கு? அது தேவையில்லை அப்பாவுக்கு. தன் நிலை தாழாமையும் அந்நிலை தாழ்ந்தக்கால்.? ...மானஸ்தன்....!

ஆனாலும் அந்த நாலணா பேட்டாவை வாங்கும் அந்த இரவு நேரக் காட்சி மறக்குமா? ஏதோ இவர் பெருந்தொகையைக் கடன் கேட்டு நிற்பது போலவும், அது முடியாது என்று இஷ்டமின்றி அவர் பதில் சொல்லாது மௌனம் காப்பதும்.! அடேங்கப்பா...! ..

காலம் பூராவும் உன் ஓட்டலுக்கு உழைத்துக் கொட்டுகிறாரே அதற்கு நீர் எவ்வளவு கொடுத்தாலும் தகுமய்யா...உழைப்புக்கு ஏற்ற கூலியா கொடுக்கிறீர்? .இப்படி ஒரு உண்மைத் தொழிலாளி உமக்குக் கிடைப்பதற்கு நீரல்லவா புண்ணியம் செய்திருக்க வேண்டும்? அந்த உண்மையை உணர்ந்து அடக்க ஒடுக்கமாய் கடவுளுக்குப் பயந்து இரும்...! என்று சொல்லத் தோன்றுகிறதே நமக்கு...! கொடி பிடித்தால் அய்யர் குன்றிப்போவாராக்கும்...!

நம் வயதுக்குச் சமமான ஒருவன் மிகக் குறைந்த சம்பளத்திற்கு ஆண்டாண்டு காலமாய் நம்மிடம் இப்படி அடிமையாய்க் கிடக்கிறானே...அவனைக் கொஞ்சம் மதிப்போம்...அதன் மூலம் அவனது உண்மையான உழைப்பைப் பெருமைப் படுத்துவோம் என்கிற எண்ணம் துளியுமா மனதில் தோன்றாது? ஒருவனை நிற்க வைத்துப் பார்ப்பதில் அப்படி ஒரு அல்ப சந்தோஷமா? எதிரே தொழிலாளி நிற்க, தான் கல்லாவில் முதலாளி அந்தஸ்தில் அமர்ந்திருக்க, அதை நாலு பேர் பார்க்க...பிறகு சற்று நேரம் கழித்து போனால் போகிறது என்று அந்த நாலணாவை எடுத்து கை எட்ட முடியவில்லை என்பது போல் வைக்க அதை அப்பா நீட்டி எடுத்துக் கொண்டு வெளியேறுவதில் ஒரு அற்ப சந்தோஷம். என்ன மனிதர்கள்? தன்னிடம் பணியாற்றும் வேலையாட்களை மதிக்கத் தெரிய வேண்டாமா ஒரு முதலாளிக்கு? என்ன பெரிய முதலாளி...பத்துக் கிளைகளா வைத்து நடத்துகிறார்? ஒன்றே ஒன்று...! காலப் போக்கில் என்னென்ன மாற்றங்கள் நிகழுமோ? யார் கண்டது? என்னவோ ஒரு யோகத்தில் தூள் தட்டுகிறது வியாபாரம்...!

நாலணாவில் ஓரணாதான் பொடிக்கு. பாதி மட்டைதான் வரும். அதற்கேற்றாற்போல் நேர இடைவெளியை அதிகரித்து சமாளிப்பார் அப்பா. மீதிக் காசு வீட்டுக்கு. பெரியவன்...ஏதோ பாட நோட்டு வாங்கணும்னான். வச்சிருந்து நாளைக்கும் பேட்டா வந்ததும் சேர்த்து, அதை வாங்கிக்கச் சொல்லு...அப்பா அப்படிச் சொல்வார். அவரின் கவனம் பிள்ளைகளின் படிப்பில். அம்மா செய்வதறியாது முழிப்பாள். அப்புறம் வீட்டுக்கு?

பலசரக்குக் கடையில் கடன். பழைய பாக்கியைக் கொஞ்சமேனும் கொடுத்திட்டு வாங்கிக்கச் சொல்லு அம்பி....!

என்ன இப்டிப் பையனை வெறுங் கையா அனுப்பிச்சிட்டேள்? நா தர மாட்டேனா? இந்த ஒரு முறை கொடுத்தனுப்புங்கோ... கொஞ்சம் கொஞ்சமாத் தீர்த்துடறேன்...அப்பாவின் வார்த்தைகளுக்கு மதிப்பிருந்தது. வறுமையிற் செம்மை. ஏற்றத் தாழ்வு மிகுந்த சமுதாயத்தில் மனிதர்களின் நேர்மையும் நாணயமும் மதிக்கப்பட்ட காலம் அது. கிருஷ்ணய்யர் பிள்ளைகளா? தங்கமாச்சே...!!

சேர்த்து வைக்க வழியில்லாமல் அந்த மூன்றணாவில் எத்தனைக்குத்தான் முழம் போடுவாள் அம்மா. டீ பொட்டணம் வாங்குவாளா? காபிப்பொடி வாங்குவாளா? பால் வாங்குவாளா? நாட்டுச் சர்க்கரை வாங்குவாளா? அப்படியே வாங்கினாலும் பாட்டியையும் சேர்த்து எட்டு ஜீவன்களுக்கு எப்படிப் பங்கிடுவாள்? எங்களுக்கு உண்டோ இல்லையோ...பாட்டியைத் திருப்திப்படுத்தி விடுவாள் அம்மா. அந்த மனசு தனி.

ருக்கு...நீ நன்னாயிருக்கணும்....உன் பிள்ளேளெல்லாம் வேலைக்குப் போயி...தரித்திரக் கஷ்டமில்லாம நீ சந்தோஷமா இருப்பே... நா சொல்றேன் பாரேன்...என் மனசாரச் சொல்றேன்....நீ பணக் கஷ்டமில்லாமே....சோத்துக் கஷ்டமில்லாமே...நன்னா இருந்து எல்லா சந்தோஷத்தையும் அனுபவிச்சிட்டுத்தான் போவே... இது என்னோட ஆதங்கம்...ஆசீர்வாதம்.... - புளு புளுவென்று நீராய் அம்மா கலந்து கொடுத்த காப்பித் தண்ணியை சூடாய்த் தொண்டையில் இறக்கும்போது மரகதம் பாட்டியிடமிருந்து ஆத்மார்த்தமாய்ப் பிறக்கும் வார்த்தைகள் இவை. கண்கள் பனிக்க பாட்டியின் அந்தச் சொற்கள் வேத மந்திரங்கள்.

அந்த ஒரணா பொடிச் செலவைக் கூடக் குறைத்துக் கொண்டார் அப்பா. இல்லாமையிலும் இறுக்கத்தைக் கடைப்பிடிப்பவர். அந்தப் பொடியின் தேவையைக் கூடிய அளவு குறைத்துக் கொள்வதில் அவருக்கு ஒன்றும் சிரமமே இருந்ததில்லை. பழக்கத்தைப் படிப்படியாக விட்டுக் கொண்டிருக்கிறாரோ?

ஆனால் அது அவரின் கிரியா ஊக்கி. மதியம் இடைவேளைக்கு வீட்டுக்கு வரும்போது படுத்து உறங்குவதற்கு முன் ஒரு மணி நேரமாவது படிப்பது அப்பாவின் வழக்கமான வழக்கம். வாராந்திரிகள் பக்கத்து வீடுகளிலிருந்து இரவல் வாங்கி வந்து வைத்திருப்பாள் அம்மா. அது அவரைச் சந்தோஷப்படுத்தும். அந்த நேரம் ஒரு சிட்டிகை கண்டிப்பாய் வேண்டும் அப்பாவுக்கு.

கையில் எடுத்து அப்படி அட்டையைத் திறந்தாரென்றால் மெல்ல மெல்ல வேகமெடுக்கும். அட்டை டூ அட்டை படிப்பதுதான் அப்பா வாசிப்பின் தீவிரம். அந்த மாதிரியெல்லாம் கருத்தாய், கவனமாய் எவரும் படிக்க முடியாது. ஜெயகாந்தன் கதைகளை அப்பா படிக்கும் ரசனையே தனி. வீட்டிலுள்ளவர்களுக்கு சத்தமிட்டு உணர்ச்சி பாவங்களோடு வாசித்துக் காண்பிப்பார். அருமையான எழுத்தின் அபார ரசிகர் அவர். அந்தமாதிரி நேரங்களில் நாக்கு உள்ளே மடிந்து “கிர்...கிர்...“ என்று சத்தமெழுப்புவார்.

எல்லாரும் மேல் தட்டு வர்க்கத்தையே எழுதிண்டிருந்தபோது அடித்தட்டு மக்களோட வாழ்க்கையை, அவலத்தை எழுதினவனாச்சே

அவன்...அந்த எழுத்தின் தீவிரம்தான் மனசை என்ன பாடு படுத்தறது....என்று புகழ்வார். எழுத்து சத்தியவாக்கா இருக்கணும். அது இவன்ட்டையும்...நா.பா.ட்டையும்தான் என்பார். நா.பா. வின் குறிஞ்சி மலரையும், பொன்விலங்கையும் அவ்வளவு கஷ்ட காலத்திலும் சொந்தமாய் வாங்கி வைத்திருந்தார் அப்பா. அவ்வப்போது எடுத்துப் படிப்பார். மனுஷன மேன்மைப்படுத்துற எழுத்துடா அவரோடது......! அந்த கம்பீரமும், அழகும் யாருக்கு வரும்? என்று புகழ்வார்.

ஆழ்ந்த ரசனையும், புத்திசாலித்தனமும் மிக்கவர் அப்பா. ஒழுங்காய்ப் படிக்க வைத்திருந்தால் ஒரு நல்ல அரசாங்க வேலைக்குப் போயிருப்பார். அஞ்சாங்கிளாசோடு நிறுத்தி, அநியாயமாய் ஓட்டல் வேலைக்கு அனுப்பிப் பாழ்பண்ணி விட்டார்கள். அன்றைய அஞ்சாங்கிளாஸ் அந்நாளின் எஸ்.எஸ்.எல்.சிக்குச் சமம் என்பார்கள். இந்து ஆங்கில நாளிதழில் வரும் க்ராஸ்வேர்டு பஸில்ஸ் எழுதிப் பரிசு வாங்கியவராயிற்றே அப்பா. எங்கிருந்து வந்தது அந்த ஆங்கில அறிவு? அந்தக் கால நாரதர் பத்திரிகையில் வரும் குறுக்கெழுத்துப் போட்டியில் எத்தனை முறை வெற்றி பெற்றிருக்கிறார் என்பது அவருக்கே தெரியாது. வீட்டுக்கு உதவுமே என்று மண்டையைப் பிய்த்துக் கொண்டு எழுதி அனுப்புவார் போட்டிக்கு. ஓட்டலில் வேலை பார்ப்பவர்கள் அந்தத் தீனிக்குப் பழகிப் போயிருப்பார்கள். மஷினையாகியிருப்பார்கள். ஆனால் அப்பா என்றும் அப்படி இருந்தவரில்லை. தன் அறிவை இம்மாதிரிச் செயல்பாடுகள் மூலம் கூர்மைப் படுத்திக் கொண்டேயிருப்பார்..

பொடியை ஒரு பிடி எடுத்து ஒரு இழுப்பு இழுத்தாரென்றால் நூறு பக்கம் ஓடும் அப்பாவுக்கு. அத்தனை பவர் அந்த மூக்குப் பொடிக்கு. முகம் பளீரென்று விளங்க...படிக்க ஆரம்பித்தால் பக்கங்கள் சரசரவென்று நகரும்.

அன்றுதான் அந்த அத்யந்தத் துணை அப்பாவிடம் இல்லாமல் போனது. எங்க வச்சேன்....? தவற விட்டுட்டனா? ஞாபகமேயில்லையே? கிளம்புறபோது வேட்டியை உதறிக் கட்டினேன்...அப்போ விழுந்திருக்குமோ? அதையே மறந்துட்டனே? திரும்ப இடுப்புல சுருட்டி முடிஞ்சேனான்னு ஞாபகமேயில்லையே? என்னைக்குமே இப்டி ஆனதில்லையே....?? ஈஸ்வரா...! எனக்கும் ஞாபக மறதி வர ஆரம்பிச்சிடுத்தா? அட ஆண்டவனே....! நானும் கிழவனாகிண்டிருக்கேனா? கடவுளே...! இன்னும் என்னோட மூணு பொண்களைக் கரையேத்தணுமே...! என் பிள்ளேள் படிச்சி எதுவும் இன்னும் வேலைக்குப் போகலியே...! மூத்தவன் ஒருத்தனாவது வேலைக்குப் போயிட்டான்னா கொஞ்சம் மூச்சு வாங்கிப்பனே...!

அதுக்குள்ளே என்னை சோதிக்காதே ஸ்வாமி...! இந்த ஜீவன் தாங்காது..... - அப்பா தன்னை மறந்து புலம்ப ஆரம்பித்தார். அவர் கண்கள் கலங்கியதை அன்று நாங்கள் பார்த்தோம். என்ன சொல்வதென்றறியாமல் நின்றோம். ஒன்றிலிருந்து எதை எதையோ தொடர்பு படுத்தி....ஏன் இவ்வளவு கலக்கம்?

கணபதி அய்யர் கடையை விற்க இருக்கிறார் என்கிற திடீர்ச் செய்திதான் இடியாய் இறங்கியது அப்போது. குடும்பத்தோடு சென்னைக்கு இடப் பெயர்வு என்று அறிந்த அந்தக் கணத்தில் நாங்களும் செய்வதறியாது கலங்கித்தான் போனோம். ஏதோ வளாகம் அங்கு வரப்போவதாகச் சொன்னார்கள். அந்தப் பகுதிக்கே அய்யர் கடை ஃபேமஸ் ஆயிற்றே? இதைப் போயா மூடுவார்கள்? எந்தப் படை பலம், பண பலம் இப்படி வேலை செய்கிறது? அடுத்து என்ன செய்வது, எங்கு போவது என்கிற தீவிர சிந்தனையில் மூழ்கியிருந்தார் அப்பா. வீடே மயான அமைதியாகிக் கிடந்தது. திசை தெரியாத கப்பல்...! எந்தக் கரையை நோக்கி?

அப்பாவை மகிழ்விப்பதற்கென்று சிறிது சிறிதாய், சில்லரை சில்லரையாய்ச் சேர்த்து வைத்திருந்த காசில் இரகசியமாய் வாங்கி வைத்திருந்த எவர்சில்வர் பொடி டப்பியை எந்த நேரம் பார்த்து அவருக்கு வழங்குவது என்று புரியாமல் காத்துக் கொண்டிருந்தேன் நான். அது என் கையில் கனத்துக் கொண்டிருந்தது

ೞଓ

16. சில யதார்த்தங்கள்

"இன்னைக்காவது போய்ப் பார்த்திட்டு வந்திடுங்க...ரொம்பப் பாவமாயிருக்கு..." குரலில் அசாத்தியக் கழிவிரக்கத்தோடு சொன்னாள் லலிதா. லேசாக அழுதுவிட்டது போல்கூட இருந்தது.

போகிறேன், போகிறேன் என்று சொல்லி இத்தனை நாள் இழுத்தாயிற்று. அது அவளுக்குப் பிடிக்கவில்லை. எப்படியும் சொல்லி ஆளை அனுப்பியே ஆக வேண்டும் என்ற தீர்மானத்தோடு தன்னைத் தயார்படுத்திக் கொண்டிருப்பாள் போலிருந்தது. தன் கணவன் எதிலும் முறை தவறிவிடக்கூடாது என்பதில் அதிக அக்கறை. யாரும் எதுவும் ஒரு வார்த்தை பேசி விட இடங்கொடுக்கலாகாது. அது உ றவோ, வெளியோ...!

எல்லாம் சரிதான், சொந்த பந்தங்களுக்கு அது பொருந்தி வரும். வெளியிடங்களுக்குமாஅப்படி?அதிலும்கூடவாநேரங்காலந்தவறாமை?இப்படியெல்லாம் பார்க்கப் போனால் மனுஷன் வாழவே முடியாது. இந்த முறைமைகளையெல்லாம் விட்டு ஒழித்தாலே நிம்மதியாய் இருக்கலாம். எங்கே விடுகிறார்கள்? வருஷம் முழுக்க அவ்வப்போது ஏதாவது வந்து கொண்டுதானே இருக்கிறது?

"வாழ்க்கைங்கிறதே அதானே? நீங்க மட்டும் சாப்பிட, தூங்க, எழுந்திருக்க, ஆபீஸ் போக, வரன்னு இருக்கிறதா? ஒரு காலத்துல எல்லாரும் கூடி வாழ்ந்தோம். இப்போ அது சாத்தியப்படலை. அவ்வப்போது விசேடங்கள், நிகழ்ச்சிகள்னாவது சந்திச்சிக்க வேண்டாமா? உறவுகள் அப்புறம் எப்படி பலப்படும்? விட்டுப் போயிராதா? அதுக்காகத்தானே விழாக்களும் விசேடங்களும்? வாழ்க்கையை அப்புறம் எப்படி புதுப்பிச்சிக்கிறது? - விட்டால் நீண்ட சொற்பொழிவாற்றி, விடாமல் புத்திமதி சொல்ல ஆரம்பித்துவிடுவாள்.

இவைகளுக்காக அடிக்கடி லீவு போடுவதும், ஓடுவதும், சாடுவதும், செலவுகள் மேற்கொள்வதும், அட...செலவைப்பற்றிக் கூட ஒன்றுமில்லை...சொந்தங்களுக்குத்தானே செய்கிறோம்...

வேறு யார் நமக்காக இருக்கிறார்கள்? எடுத்துப் பிடித்துப் போய் வருவதுதானே மிகவும் சிரமமாக இருக்கிறது? அடிக்கடி ஆபீசில் லீவு போட்டால் கெட்ட பெயர் ஆகாதா? எவன் மூஞ்சிக்கெல்லாம் பதில் சொல்லியாக வேண்டியிருக்கிறது?

"அவன் வர மாட்டான்யா...எந்த விசேடத்துக்கு வந்திருக்கான்... ஏதாச்சும் ஒரு ஃபங்ஷனுக்கு வந்திருக்கிறதாச் சொல்லு...அட.... சந்தோஷமான நிகழ்ச்சிகளுக்கு வரவேணாம்...சாவுக்கு வரவேண்டாம்? அப்புறம் என்னய்யா மனுஷன் அவன்?"

ஒரு இழவுக்குப் போகாமலிருந்து என்னவெல்லாம் பேச்சு வந்துவிட்டது? அதைக் கேட்டு அப்படியே செத்துவிடலாம் போல் ஆகி விட்டதே?

"அதானே மனுஷத்தன்மை...அப்புறம் என்ன ஒட்டும் உறவும்? நாளைக்கு அவனுக்கும் ஒரு நல்லது கெட்டது நடக்கும்தானே? அதுக்கு நாமும் போகணும், வரணும்தானே? அந்தச் சமயம் போட்டுப் பார்த்துற வேண்டிதான்...."

"எல்லாப் பேச்சும் கேட்டாகி விட்டது. சொந்த அண்ணன்மார்கள், சகோதரர்கள் என்று விட்டுக்கொடுக்காமல் போய்விட்டாலும், உறவுகளில் பலர் காதுபடப் பேசத்தானே செய்கிறார்கள்? ஆனால் ஒன்று. எவனும் எதையும் பேசுவதற்குத் தயங்குவதில்லை. தோன்றுவதையெல்லாம் பேசித்தான் விடுகிறார்கள்! எடிட்டிங் என்பதே கிடையாது. எதைப் பேசி என்னாகப் போகிறது? அவரவர் இருப்பு அவரவருக்கு என்று விடுகிறார்களா என்ன? பேசித் தீர்த்தால்தான் எல்லோருக்கும் மனது ஆறுகிறது. அது பக்குவப்பட்டதாய் நாம் நினைக்கும் ஆசாமிக்கும் சரி, சராசரி மனிதனுக்கும் சரி...எல்லோருக்கும் ஒன்றாய்த்தான் இருக்கிறது? நியமங்களையெல்லாம் கடைப்பிடித்து முயற்சித்துத்தான் பார்க்கிறார்கள்? மனசு கேட்டால்தானே? சராசரியாய் இருப்பதில்தான் மனிதனுக்கு சந்தோஷம். திருப்தி. செய்வதற்கு வடிகட்டல் என்று எதுவும் இல்லாமல் செய்துவிடுவதில்தான் மனிதனுக்கு ஆறுதலும், திருப்தியும்."

"எனக்குத் தெரிய நிறைய விஷயங்களுக்கு நீங்க போனதேயில்லை. ஒத்துக்குங்க... அதான் உண்மை. என்ன ஒண்ணு உங்ககிட்டே? கரெக்டா பணத்தை அனுப்பிடறீங்க...அதுக்கு அஞ்சறதில்லை. ஆனாலும் இவனென்ன இப்படி? பணத்துக்காகவா பத்திரிகை அனுப்பறோம்

இவனுக்கு?ன்னு நினைப்பாங்களா இல்லையா?

"-சுளீர் சுளீர் என்றுதான் சொல்கிறாள் லலிதா. அப்படியாவது இவனுக்கு உறைக்கிறதா பார்ப்போம் என்று?

"நினைச்சா நினைச்சுட்டுப் போறாங்க...என் இருப்புப் பிரகாரம் என்னை யாரு புரிஞ்சிக்கிறாங்களோ அவுங்க போதும் எனக்கு. அதுதான் என்னைப் பொருத்தவரை யதார்த்தம். உண்மையான அன்புங்கிறதும் அதுதான்னு நான் நினைக்கிறேன்."

"அப்படிச் சொன்னா எப்படிங்க? நாளப்பின்ன நமக்கும் ஒரு காரியம், கஷ்டம்னா நாலுபேர் வர வேண்டாமா? நல்லது கெட்டதுன்னு நமக்கும் நடக்கும்தானே? மனுஷாள் வேண்டாமா? அதுதானே பலம்? "

எதற்கோ எதையோ சொல்லிப் பயமுறுத்துகிறாள். வற்புறுத்துகிறாள். வாழ்க்கை நிர்ணயிக்கப்பட்டதல்ல. அடுத்த நிமிடம் என்ன நடக்கும் என்று எவனுக்கும் தெரியாது. ரகசியமானது வாழ்க்கை. கணிக்கவே முடியாது. ஊகம் செய்யலாம், திட்டமிடலாம். செயலாற்றலாம். ஆனால் இதுதான் நடந்தாக வேண்டும் என்பது எந்தளவுக்கு நிச்சயம்? இந்த உறவுகள் உண்டாக்கி வைத்த சம்பிரதாயங்களில்தான் எத்தனை சிக்கல்கள்?

உறங்குவது போலும் சாக்காடு...உறங்கி விழிப்பது போலும் பிறப்பு....நாளை நடப்பதை யாரறிவார்? நெருநல் உளனொருவன் இன்றில்லை எனும் பெருமையுடைத்து இவ்வுலகு...

அப்பாடி...எவ்வளவு சொல்லி வைத்திருக்கிறார்கள்? மனிதன் திமிரற்ற இஷ்டம்போலான, தான்தோன்றியான வாழ்க்கையை நடத்தி விடக்கூடாது என்று எத்தனை கட்டுப்பாடுகளை உண்டாக்கி வைத்திருக்கிறார்கள்? மனிதன் இவைகளை எப்போதேனும் மீறினாலும் அது எத்தனை துல்லியமாக கண்ணுக்குப் படுகிறது? எப்படியெல்லாம் விமர்சிக்கப்படுகிறது?

அநித்தியமான வாழ்க்கை...! ஆனாலும் வாழாமல் முடிகிறதா? வாழ்ந்து காட்டுவதுதானே வாழ்க்கை...வாழ்க்கையை எப்படி அர்த்தப்படுத்துவது? வாழ்ந்து காட்டித்தானே?

வாழ்க்கை அர்த்தம் பொருந்தியதோ இல்லையோ, நீ அர்த்தமுள்ளதாக்கிக் கொள்ள வேண்டும். ஒவ்வொரு நிமிடத்தையும் அர்த்தப்படுத்திக் கொள்வது பயனுள்ளதாக்கிக் கொள்வது உன் பொறுப்பு. வாழ்க்கை உன் கையில்தான் இருக்கிறது. அதை மற்றவர் கையிலோ, உலகத்தின் கையிலோ ஒப்படைத்து விடாதே!

இப்படியிப்படி இருப்பதுதான் அர்த்தம் பொருந்தியது என்கிறார்கள் சாதாரணர்கள். அவர்களை சராசரிகள் என்று சொல்லலாமா?

சாமானியர்கள் என்று சொல்வதா? படிக்க, வேலைக்குப் போக, கல்யாணம் பண்ண, குழந்தை பெற, குடும்பம்னு இருக்க, இருந்து இருந்தே மடிய என்றுசாமானியனின் சுழற்சியா இது? அத்தோடு முடிந்து போகிறதா வாழ்க்கை? அடப்பாவி! இந்தப் பரந்த பிரபஞ்சத்தில் வேறோன்றுமேயில்லையா?

இயற்கை மனிதனுக்கு எவ்வளவு அள்ளித் தந்திருக்கிறது? அதையெல்லாம் கண்கொண்டு ரசிக்க வேண்டாமா? மனதால் அள்ளிப் பருக வேண்டாமா? எத்தனையெத்தனை ஜீவராசிகள்! பார்த்துப் பார்த்து ரசிக்க எத்தனையெத்தனை இடங்கள்? கேட்டுக் கேட்டு ரசிக்க, உள்வாங்க, அறிவைப் பெருக்க எத்தனையெத்தனை கருத்துக்கள் கொட்டிக் கிடக்கின்றன?

எதையாவது நுகர்ந்திருக்கிறாயா நீ? என்றாவது இதையெல்லாம் நினைத்துப் பார்த்திருக்கிறாயா? தவிர்த்திருந்தால் நீ மனிதனேயில்லை. உன் வாழ்க்கையே வீண். அன்றாடம் நீ ஜிவிப்பதே விரயம். வெறுமே மூச்சு வாங்குவதற்கா வாழ்க்கை?

யாரிடம் சொல்வது? யார் கேட்பார்கள் இதையெல்லாம்? கிறுக்கன் என்பார்களோ? கேலி செய்வார்களோ? இதுதான் வாழ்க்கை என்று நிர்ணயிக்கப்பட்டிருந்தால் அது எல்லோருக்கும் ஒன்றுபோல் அல்லவா அமைந்திருக்க வேண்டும்? அப்படியா இருக்கிறது வாழ்க்கை? கூன், குருடு, நொண்டி, முடம், செவிடு, ஊமை என்று எவ்வளவு வேறுபட்டுப் போய்க் கிடக்கிறது? எத்தனை கொடூரமாய் சிதைந்து போய்க் கிடக்கிறது? மனிதனுக்கு மனிதன் எத்தனை வேறுபட்டுக் கிடக்கிறது?

ஒரே மாதிரி வாழ்க்கைதான் என்றால் அது எல்லோருக்கும் சந்தோஷமாகவோ, துக்கமாகவோதானே அமைந்திருக்க வேண்டும்? ஏன் மனிதனுக்கு மனிதன் அது வேறுபடுகிறது? சரி, இந்த சந்தோஷம் என்றால் என்ன? துக்கம் என்றால் என்ன? அது நமக்கு நாமே வரவழைத்து கொள்வதா? அல்லது மற்றவர்கள் தருவதா? ஒருவருக்கான சந்தோஷத்தையும், துக்கத்தையும் மற்றவர்களால் தரமுடியுமா? அல்லது அவனுக்கு அவனே சம்பாதித்துக் கொள்வதா?

நன்மையும் தீமையும் பிறர் தர வாரா என்றது எதனால்? இப்படியெல்லாம் வாழ்க்கை பலபட்டுக் கிடக்கையில் இதுதான் என்று வரையறுத்து எங்கே நிலைத்து நிற்க முடியும்?

"போச்சு, உங்களுக்கு நீங்களே பேசிக்க ஆரம்பிச்சிட்டீங்களா? இன்னிக்கு நீங்க புறப்பட்டுப் போனாப்லதான்...ஒண்ணு மட்டும் சொல்றேன்,,,நீங்க உங்களுக்காக மட்டும் வாழாதீங்க...எனக்காகவும் கொஞ்சம் வாழப் பழகிக்குங்க...ஏன்னா உங்களுக்கு நா கழுத்த நீட்டியிருக்கேம்பாருங்க...அதுக்காகசொல்றேன்..."

சுருக்கமாகச் சொல்லிவிட்டுப் பெரிதாக உணர்த்தி விட்டவளாய் கொல்லைப்புறம் சென்று குத்திட்டு உட்கார்ந்தவளாய் சுற்றிலும் கிடந்த பாத்திரங்களைத் தேய்க்க ஆரம்பித்தாள் லலிதா.

எடுத்துக் கொண்ட சிறு புளித்துண்டு அவள் கைக்குள்ளிருந்து அரக்கப் பாத்திரத்தில் இறங்கியபோது பளிச்சென்று அது வெளிச்சம் பெறுவதைப் பார்க்க முடிந்தது.

வாழ்க்கையை இந்த உலகத்தில் அநேகம் பேர் இப்படித்தான் புதுப்பித்துக் கொள்கிறார்கள் போலும்? அல்லது குறிப்பாகப் பெண்களா? இல்லையென்றால் அது சலித்துப் போகும் போலும்? உலகத்தோடு ஒட்ட ஒழுகல் என்பது இதுதானோ?

எல்லோரையும் போல் இருந்துவிட்டு மடிந்து மண்ணடித்துப் போ என்கிறார்கள்! அதுதானே?

கதவைச் சாத்திக்கோ...இதோ வந்திடறேன்...இன்னிக்கு ரொம்ப யோசிக்க வச்சிட்டே..." - இவன் வெளியேறுவதைக் கண்டு ஓடோடி வந்த லலிதா "இருந்து, அவருக்கு ஆறுதலா நிறையப் பேசிட்டு வாங்கோ...புண்ணியமுண்டு."..என்றாள்.

"தனியாத்தான் இருக்கேன்...வீட்டுக்கு வாங்களேன்..." என்று வருந்தி வருந்தி அழைத்திருந்த அந்த முதியவரை அன்று எப்படியும் பார்த்தே விடுவது என்று லலிதா சொன்னதில் உறுதிப்பட்டுக் கிளம்பியிருந்த இவனுக்கு மனதுக்குள் என்னவோ ஒரு சிறு நெருடல். இனம் புரியாத சோகம். என்ன மனப் போக்கோ இது! பல சமயங்களில் இப்படித்தான் கழன்றுபோய்க் கிடக்கிறது!

நினைத்தவாறே தயங்கித் தயங்கி அந்த வீட்டில் காலடி எடுத்து வைத்த வேளையில் இவன் எதிர்கொண்ட நிசப்தம் அவனை மேலும் பயமுறுத்தியது.

இருள் நிறைந்த நீண்ட பட்டாசாலை. அதைத்தாண்டிய கூடம். பிறகு கொல்லைப்புறம் நோக்கி இழுத்துச் செல்லும் மீண்டும் ஒரு நீண்ட ரேழி என்று கிடந்த அந்தப் பழங்கால வீட்டில் ஏன் இப்படி இருளடைந்து கிடக்கிறது என்ற சந்தேகத்துடனேயே நுழைந்த இவனுக்கு, சுற்றிலும் அமர்ந்திருந்தவர்களுக்கிடையே தலைமாட்டில் ஏற்றி வைத்திருந்த அந்தத் தீபமும், அதன் முன்னே நீண்டு கிடந்த அந்தப் பெரியவரின் சடலமும், பேரதிர்ச்சியைக் கொடுத்தது!!